गोष्टीच गोष्टी

द. मा. मिरासदार

मेहता पब्लिशिंग हाऊस

please contact us at **Mehta Publishing House Pvt. Ltd.,** Pune 411030.

✆ +91 020-24476924 / 24460313 / Mob. No. 9545000513

Email : production@mehtapublishinghouse.com

Website : www.mehtapublishinghouse.com

GOSHTICH GOSHTI by D. M. MIRASDAR

गोष्टीच गोष्टी : द. मा. मिरासदार / कथासंग्रह

Email : author@mehtapublishinghouse.com

संस्थापक : सुनील अनिल मेहता

प्रकाशक : मेहता पब्लिशिंग हाऊस प्रा. लि.,
१९४१, सदाशिव पेठ, माडीवाले कॉलनी, पुणे ४११०३०.

मुद्रक : ट्रिनिटी अ‍ॅकॅडमी फॉर कॉर्पोरेट ट्रेनिंग लिमिटेड

मुखपृष्ठ : शि. द. फडणीस

प्रकाशनकाल : नोव्हेंबर, २०१२/ जुलै, २०१३ / जुलै, २०१५ /
एप्रिल, २०१८ / मार्च, २०२१ / पुनर्मुद्रण : मार्च, २०२४

किंमत : ₹ १८०

P Book ISBN 9788184984293

E Book ISBN 9788184988185

E Books available on : amazonkindle Apple Books Google Play Books

---

सन्मित्र
श्री. स. ह. देशपांडे यांसी
साहित्य, संगीत यांतील मर्मज्ञता, चिंतनशीलता
आणि
स्नेहशील वृत्ती
अशा त्याच्या अनेक गुणांचा मला नेहमीच मोह पडतो

अनुक्रमणिका

भोकरवाडीतील जादूगार

रणरणती दुपार ओसरली होती. उन्हे आता मावळतीकडे झुकली होती. पाच वाजायचा सुमार असावा. गार वाऱ्याच्या झुळका अधूनमधून अंगावर येत होत्या. दिवसभर अगदी गप्प असलेले झाडांचे शेंडे आता थोडे सळसळत होते. दुपारभर निपचित पडलेले गाव पुन्हा हालचाल करू लागले होते. माणसे घरातून बाहेर पडू लागली होती.

चावडीसमोरच्या पटांगणातून एकाएकी डमरू वाजल्यासारखा आवाज ऐकू येऊ लागला, तेव्हा रस्त्यावरची माणसे चटाचटा तिकडे वळली. हळूहळू गर्दी जमली आणि गर्दी का जमली, म्हणून आणखी माणसे गोळा झाली. पोरेठोरे, बायाबापड्या, बापेगडी- सगळ्यांनीच तिकडे पाय वळवले. बघता बघता त्या पटांगणात चांगलाच घोळका जमला.

पटांगणात एक चाळिशीचा फाटक्या अंगाचा माणूस हातात डमरूसारखे लहानसे वाद्य घेऊन ते दोन्ही बाजूंनी वाजवीत उभा होता. मानेपर्यंत वाढवलेले केस, धारदार नाक, भेदक डोळे आणि विचित्र रंगीबेरंगी कपडे. त्याच्या शेजारी एक तरणाबांड गोरटेला पोरगा मांडी घालून आळसावलेल्या अंगाने उगीच बसून राहिला होता. भोवताली एक पडशीवजा मोठी पिशवी. सापाच्या एक-दोन टोपल्या, एक पुंगी...! आणि असेच काही काही सामान पडले होते.

एका मोडक्या खुर्चीवर एक फोटो. त्या फोटोत नुसता हाताचा पंजा असलेला छाप. कुठल्यातरी न कळणाऱ्या लिपीने तो पंजा भरून गेलेला होता...

मधूनमधून तो नाकेला माणूस तोंडाशी आडवी बासरी लावून ती वाजवीत हिंडत होता. बासरी खिशात ठेवून मध्येच लोकांच्या कडेकडेने डमरू वाजवीत फिरत होता. लोकांना सांगत होता.

''हम जादूगार है... ऐसी जादू दिखाएँगे, की जिंदगीमें भूलोगे नही...'' जादूगार म्हटल्यावर आणखी गर्दी वाढली. शाळेतून घरी जाणारी पोरे दप्तर घेऊन तेथेच ठाण मांडून बसली. त्यांना बघायला आलेले त्यांचे आईबापही थबकून उभे राहिले. आपल्याकडे निरुद्योगी माणसांना तर तोटा नाहीच. तेही भराभरा गोळा झाले. चिकार गर्दी झाली.

जादूगाराच्या बोलण्यावरून जमलेल्या लोकांना पुष्कळ नवीन माहिती कळली. हा कासीम जादूगार आणि त्याचा धाकटा भाऊ म्हणजे हिंदुस्थानातले प्रख्यात जादूगार आहेत. त्यांच्यासारखे जबरदस्त जादूगार जगातसुद्धा फार क्वचित असतील. एका अवलियाकडून त्यांना ही विलक्षण विद्या प्राप्त झाली असून, केवळ जाताजाता या विद्येचे प्रात्यक्षिक लोकांना दाखवावे, म्हणूनच ते आज गावात थांबलेले आहेत. पैसे मिळविणे हे त्यांचे उद्दिष्ट बिलकूल नाही. त्यांनी आतापर्यंत लाखो रुपये मिळविलेले असून वेळप्रसंगी सरकारलाही कर्ज दिलेले आहे. केवळ लोककल्याण, एवढ्याच हेतूने ते हल्ली गावोगाव हिंडत असतात. 'ठिकठिकाणी जाऊन लोकांना ही विद्या दाखव आणि त्यांच्या उपयोगी पड...' असा त्यांच्या गुरूचा आदेशच आहे. म्हणूनच ते आज गावात आले आहेत. आणि आपली कमाल जादू दाखवून लोकांना आश्चर्यचकित करून टाकणार आहेत.

हे सर्व होईपर्यंत भरपूर गर्दी जमली होती. पुढे जागा मिळावी, म्हणून रेटारेटी चालू होती. मधली मोकळी जागा हळूहळू लहान होत होती. लोकांचा कालवा वाढला होता. कासीम जादूगाराने मग एक टोपली उघडली. पुंगी वाजवली. त्यातून एक नाग बाहेर आला. तो नाग हातात धरून लोकांच्या गर्दीजवळून हिंडत तो ओरडला.

''हटो... हटो पीछे। नही तो ये नाग तुम्हारे गले में डाल दूंगा। हटो...''

एका माणसाच्या गळ्यात त्याने खरोखरच नाग अडकवण्याचा आविर्भाव केला. त्याबरोबर तो तर मागे हटलाच, पण बाकीची गर्दीही भराभरा मागे सरकली. पुन्हा मधले पटांगण मोठे दिसू लागले.

नाना चेंगट घरातून बाहेर पडला होता. आता कुठे जाऊन बसावे, असा विचारच करीत होता. तेवढ्यात त्याला ही गर्दी दिसली. भराभरा तो गर्दीकडे आला. काय चालू आहे, याचा त्याने अंदाज घेतला. जादूगार आलेला आहे आणि त्याचे खेळ पाहायला मिळणार आहेत, हे कळल्यावर तो एकदम खूश झाला. पहिली गोष्ट त्याच्या डोक्यात आली की, ही गंमत आपण ताबडतोब बाबू पैलवानाला सांगितली पाहिजे. उद्या हे जर त्याला कळले, तर तो आपल्यावर चिडेल. 'मला का नाही वेळेवर सांगितलंस?' म्हणून खवळेल आणि आपल्यालाच एक दणका ठेवून देईल. त्यापेक्षा आत्ताच हाक मारावी हे सुरक्षित...

मग धावतधावत जाऊन नानाने बाबूचे घर गाठले. भीतभीतच त्याने आत डोकावले.

बाबू या वेळी जागा असेलच की नाही, याचा काही भरवसा नव्हता. तो झोपलेला असेल, तर उठवणे अवघड होते. झोपेतून का उठवले, म्हणूनही त्याने चार टोले ठेवून दिले असते. नानाला जरा धास्तीच वाटत होती.

पण नानाचे नशीब आज भलतेच बलवत्तर होते. बाबू जागाच होता. नुसता जागाच नव्हता, तर ओसरीवर बसून फुर्र फुर्र करीत चहा पीत बसला होता. चहातली तांबडी साय त्याच्या मिशांना लागलेली होती आणि मुख्य म्हणजे त्याची मुद्रा प्रेमळ दिसत होती.

ती प्रेमळ मुद्रा कायम ठेवून बाबू चेंगटकडे पाहून हसला.

''ये ये चेंगट्या, चा पेतोस का?''

एरवीची वेळ असती, तर चेंगट ताबडतोब 'हो' म्हणाला असता; पण आज ती वेळ नव्हती. चुटक्या वाजवीत तो म्हणाला,

''बाबू, चल चल लवकर, जादूगार आलाय -''

''कोण आलाय?''

''जादूगार! चावडीजवळ खेळ सुरू झालाय. चल लवकर...''

'जादूगार?' बाबूला आश्चर्य वाटले. 'भोकरवाडीत जादूगार कशाला आला आहे? अन् कसले खेळ दाखवणार आहे? हे जादूगार लोक एकदम एका रुपयाचे दोन रुपये करतात... कशातून काहीही काढतात. एकदम माणसाची बाईपण करतात. हा जादूगार यातले काय करून दाखविणार आहे?'

''कसला खेळ करणार है इचारलंस का?...''

''न्हाई इचारलं. बघितलं अन् तसाच तुज्याकडं पळत आलो...'' चेंगटाने अपराधी मुद्रा केली.

''आधी इचारायचं नीट. मग मला सांगाय यायचं. बरं चल.''

बाबूने मग जामानिमा केला. दोघेही घराबाहेर पडले. चावडीजवळच्या पटांगणाकडे आले.

पटांगणात आता जत्राच भरल्यासारखी झाली होती. पोराबाळांनी तर गच्च गर्दी केली होती. पुंगी वाजवून नाग डोलवण्याचा कार्यक्रम संपला होता. कासीम जादूगाराने एका डबड्यातून फुले काढून दाखविली होती. रुपयाचे दोन रुपये केले होते. पत्त्याचे निरनिराळे चमत्कार करून दाखविले होते. आता तो आपल्या खास कार्यक्रमाकडे वळला होता. त्याने आपल्या भावाला समोर ताठ बसविले होते.

मग तो ओरडला, ''बच्चे लोग... टालिया बजाव...''

पोरांनी टाळ्या वाजविल्या.

''जोरसे बजाव। जो नही बजाएगा, उसका रोज एक बाप मरेगा।''

यावर गर्दीत जोराचा हशा पिकला. पुन्हा समस्त मंडळींनी जोरदार टाळ्या वाजवल्या.

मग जादूगाराने आपल्या भावाच्या समोर काही अंतरावर उभा राहून उभ्या उभ्या पवित्रा घेतला. चेहरा भीषण केला. काहीतरी मंत्र पुटपुटत हातवारे केले. त्याबरोबर

तो पोरगा दोन्ही पाय पसरून बसला. आपले दोन्ही हात त्याने गुडघ्यावर ठेवले. कासीमचे जसजसे हातवारे होऊ लागले, तसतसा तो थरथर कापू लागला. शेवटी कासीमने एक जोरदार हात त्याच्या दिशेने फेकला. त्याबरोबर तो धाडकन खाली पडला.

कासीमने त्याच्या अंगावर मळके पांघरूण घातले.

लोक म्हणाले, ''मूठ मारली. जादूगारानं मूठ मारली.''

कासीम म्हणाला, ''आता याची जीभ कापून दाखवतो, दाखवू का?''

वातावरण एकदम गंभीर झाले. कुणीतरी एकदम ओरडले, ''नको, नको.''

पण खूश होऊन बाबू एकदम म्हणाला, ''काप रे काप. जीभ कशी कापतोस ते बघू दे एकदा आम्हाला.''

जादूगाराने बाबूकडे एकदा टक लावून कुतूहलाने पाहिले. मग तो ओरडला, ''घबराव नही। कुछ नही होता है।''

त्याने धारदार सुरा हातात घेतला. अनेकांनी भीतीने डोळे मिटून घेतले. कुणी तोंडे वेडीवाकडी केली. कासीमने पांघरुणात हात घालून सुरा चालविला. मग जिभेचा लाल तुकडा बाहेर काढून सर्वांना दाखविला. बघणाऱ्यांच्या अंगावर शहारे आले.

हे होईपर्यंत बाबू गर्दीतून घुसून सर्वांच्या पुढे येऊन बसला होता. नाराज मुद्रेने तो म्हणाला, ''ओ जादूगारवाले, समद्यांच्या देखत कापा की. चांगलं बाहेर कापा. लोकांना दिसलं पायजे.''

जादूगार त्याच्याकडे वळून म्हणाला, ''तुम चूप बैठो। लोग देख नहीं सकेंगे।''

''हम देखता है ना.''

''अरे, चूप बैठो यार.''

जादूगार जवळजवळ खेकसलाच. मग त्याने जिभेचा कापलेला तुकडा सगळीकडे फिरून दाखवला. नंतर ही जीभ निश्चितपणे त्याला परत मिळेल, याची ग्वाही दिली. त्याने तो हाताचा पंजा असलेला फोटो भावाच्या अंगावर ठेवला. नंतर लोकांना उद्देशून त्याने एक गंभीर भाषण केले. त्या भाषणाचा मथितार्थ असा होता की, माझ्या भावाची जीभ आता कापलेली आहे; पण त्याच्या अंगावर गुरूमहाराजांचा पंजा ठेवलेला आहे. त्याच्या कृपेने तो बोलू शकतो. इतकेच नव्हे, तर तो वाटेल त्या प्रश्नांची उत्तरे न बघता देऊ शकतो. फार काय, ताईताच्या कृपेने त्याची जीभसुद्धा पुन्हा पहिल्यासारखी होईल. जादूगाराने सबंध रिकाम्या मैदानाला एक गोल फेरी मारली. बासरी वाजवली. मग एकदम हाक मारली.

''पोऱ्या...''

पांघरुणातून एकदम उत्तर आले, ''ओ.''

''इधर आव।''

''आया।''

''ये पटकेवाले का पटका कैसा है?''

''लाल है।'' उत्तर आले. लोक चकित झाले. खरोखरच त्याच्या पटक्याचा रंग लाल होता.

''कैसे मालूम हुआ?''

''तावीतसे -''

''इधर आव।''

''आया।''

''ये आदमीका हाथ कहाँ हे?''

यावर त्याने जे उत्तर दिले, ते ऐकून पोराठोरांसह सगळी मंडळी गदागदा हसली.

''कैसे मालूम?''

''तावीतसे -''

''इधर आव।''

''आया।''

''इस आदमीके हाथ मे क्या है?''

''चंची है।''

''ये आदमी क्या करता है?''

''बिडी पीता है।''

''कैसे मालूम?''

''तावीतसे -''

अशी प्रश्नोत्तरे झाली. जादूगार ठिकठिकाणी फिरत प्रश्न विचारीत होता आणि पांघरुणात झोपलेला, जीभ कापलेला तो पोरगा त्याची बरोबर उत्तरे देत होता आणि हे सगळे ताईताच्या कृपेने, असे पुन्हापुन्हा सांगत होता. मध्येच जादूगाराने तो हाताचा पंजा असलेला फोटो त्याच्या छाताडावरून काढला आणि बाजूला ठेवला. त्याबरोबर पोरगा उत्तरे द्यायचा थांबला. जादूगाराने पुन्हा तो फोटो त्याच्या अंगावर ठेवला, त्याबरोबर तो पुन्हा बोलू लागला, बरोबर उत्तरे देऊ लागला. ही सर्व त्या ताईताची कृपा, हे जमलेल्या मंडळींना आता बरोबर पटले. कुणाला शंका राहिली नाही. कासीम जादूगाराने मग त्या पोतडीतून एक मूठभर ताईत बाहेर काढले. लोकांच्या कल्याणासाठी गुरूमहाराजांच्या हाताचा पंजा असलेले हे ताईत आहेत, हे सांगून त्याने फारच थोडे ताईत विक्रीसाठी उपलब्ध असल्याबद्दल खेद प्रदर्शित केला; पण गुरूमहाराजांच्या शिकवणीनुसार कुठलाही नफा न घेता तो विकण्याचे आपल्यावर बंधन आहे, हेही त्याने बजावून सांगितले. लोकांना त्याच्या भाषणातून आणखी कळले, ते असे, की हा ताईत दंडाला बांधावा, असा गुरूचा आदेश आहे. कुठलाही

रोग त्यामुळे तुम्हाला स्पर्श करू शकणार नाही. पहिला काही रोग असेल, तर तो ताबडतोब खलास होईल. कुणी गुप्त शत्रू असल्यास त्याची मात्रा चालणार नाही. कुणीही मूठ मारली, भानामती केली किंवा जादूटोणा केला, तरी हा ताईत असेपर्यंत त्याची कसलीही पॉवर तुमच्यावर परिणाम करू शकणार नाही. फार काय, कोर्टातले कज्जे-खटले तुमच्या बाजूने होतील. अचानक धनलाभ होईल. बायका तर तुमच्यावर खूश होऊन तुमच्या गळ्यातच पडतील. मात्र तुम्हीच त्यापासून सावध राहिलेले बरे! कारण या ताईताचा दुरुपयोग होता कामा नये, अशी गुरूमहाराजांची सक्त ताकीद आहे; पण हल्लीची महागाई आणि लोकांची बिकट परिस्थिती ध्यानात घेऊन या ताईताची किंमत फक्त एक रुपया ठेवली आहे. ताईत आता थोडेच शिल्लक उरले आहेत. एकदा संपले की संपले. पुन्हा कोणी दहा रुपये देऊ केले, तरी त्याला ताईत मिळणे, ही गोष्ट शक्य नाही.

लोकांना ही अपूर्व पर्वणीच वाटली. भराभरा पाचपन्नास ताईत खपले. मग मात्र कासीमने हात जोडून क्षमा मागितली.

खेळ संपला, हळूहळू गर्दी पांगली.

नाना चेंगटाच्या मनात एक ताईत विकत घ्यावा आणि दंडाला लगेच बांधावा, असे फार फार होते. एकतर धनलाभ होणार होता आणि दुसरे म्हणजे बायका वश होणार होत्या. हा दुसरा लाभ तर चेंगटाच्या दृष्टीने फार महत्त्वाचा होता; पण एक ताईत विकत घेण्यासाठीसुद्धा त्याच्याजवळ एक रुपया नव्हता. एवढी मोठी गंगा अंगावर आली, पण आपण कोरडे ते कोरडेच! त्याला फार चुटपुट लागली.

तोंडाने 'चुकचुक' असा आवाज करीत हिरमुसल्या मुद्रेने तो म्हणाला, ''बाबू, एक रुपया पाहिजे होता रे आज.''

बाबूने मख्खपणे विचारले, ''कशाला? त्यो ताईत घ्यायला?''

''हां.''

''हॅट मर्दा. समदा लबाडीचा धंदा है, ह्या ताईतानं कायसुदीक होत न्हाई; मला इचार की...''

''ते कसं काय?''

बाबूने आपला पूर्वीचा अनुभव सांगितला. असाच त्याने कुणाकुणाचा ताईत विकत घेऊन दंडाला बांधला होता. एका पैलवानाशी त्याची निकाली कुस्ती ठरली होती. ताईत बांधला, तर नक्की तू हबूला पाडशील, असे देणाऱ्याने प्रतिज्ञेवर सांगितले होते, म्हणून ताईत घेतला. पण कशाचे काय? हबूने त्याला दोन मिनिटात चीतपट केले होते. उलट, एकदा ताईत नसताना त्याने बाभूळगावच्या जत्रेत कुस्त्यांची दंगल झाली होती, तेव्हा एक कुस्ती मारली होती आणि दोन रुपये आणि नारळ मिळवला होता. तेव्हापासून कानाला खडा, ह्या ताईताच्या नादाला लागायचे नाही. त्यापेक्षा

बजरंगबलीचा गंडा गळ्यात घातलेला चांगला. तो केव्हातरी पावतो तरी!

नाना म्हणाला, ''कुस्तीचं आसंल तसं, पण धनलाभ तरी झाला असता. सध्या कडकी लै आहे, गड्या. एक दमडा नाही खिशात.''

बाबूच्या डोक्यात एकदम काय येईल, त्याचा कधीच भरवसा नसे. त्याचे डोळे एकदम चमकले.

''मला एक आयडिया आलीय, चेंगट.''

''कसली आयडिया?''

''तुला पैसेच मिळवायचेत ना?''

''चक्.'' नानाने होकारार्थी मान हलवली.

''मी तुला मिळवून देतो, तू घरी चल माझ्या.''

''तुझ्याकडे पैसे हैत?''

या प्रश्नावर बाबूने अशा काही रागीट मुद्रेने चेंगट्याकडे पाहिले की, आता काही आपली धडगत नाही, हे चेंगटाने ओळखले. तो झटक्यात उठला आणि लांब जाऊन उभा राहिला.

बाबूही उठला. घराच्या दिशेने सरळ चालू लागला. एखाद्या भारलेल्या माणसाप्रमाणे चेंगटही त्याच्यापाठोपाठ गेला.

घरी गेल्यावर बाबूने त्याला आपली आयडिया विस्ताराने स्पष्ट करून सांगितली. चेंगट पैशाच्या कडकीत होता ही गोष्ट खरी; पण बाबू तरी कुठे गबरगंड होता? त्यालाही पैशाची नाही म्हटले तरी नड होतीच. पैसे मिळाले, तर त्यालाही पाहिजेच होते. हा जादूगाराचा धंदा बघून बाबूचे डोके एकदम चालू लागले होते. हा उद्योग आपणही केला तर? काय हरकत आहे? इकडेतिकडे करून लोकांना गंमत दाखवायची. ताईत विकायचे. एका खेळाला पन्नास रुपये मिळाले तरी पुरे! या कामात चेंगट्याने मदत करायची. दोघांनी मिळून पैसे वाटून घ्यायचे.

बाबूची ही आयडिया ऐकून चेंगटाला एकदम दरदरून घाम सुटला. त्याची बोबडी वळायचीच तेवढी राहिली. बसल्याबसल्याच त्याने मागच्या खांबाचा आधार घेतला.

''आपण जादूचा खेळ करायचा?''

''हां.'' बाबू ठामपणे बोलला.

''जमंल?''

''न जमायला काय झालं?''

''नको बाबा, तू नाग आणशील धरून, आन् मला त्या टोपलीजवळ बसवशील!'' नुसत्या कल्पनेनेच चेंगट्याच्या पोटात गोळा उठला.

''छ्ःया!'' बाबूने नकारार्थी मान हलवली.

''मग? तू जीभ कापणार का माजी?'' नानाने थरथर कापतच पुढचा प्रश्न विचारला, ''तसलं नगो हां बाबा आघोरी काम. आधीच मला एकच जीभ. त्याचा बी टुकडा पडला, म्हंजे बोलताना कसं हुईल माजं?''

''अरे, त्यो काय खरी जीभ कापतो काय?''

''न्हाई?''

''हॅ... हॅ! कुठला तरी लाल टुकडा कापतो आन् जीभ म्हणून दाखवितो. खरी जीभ असती, तर सगळ्यांच्या देखत कापली नसती का? पांघरुणात कशाला हात घातला असता?''

बाबूचा हा मुद्दा विचार करण्याजोगा होता. कासीम जादूगाराने खरी जीभ कापलीच नसावी. जिभेसारखा दिसणारा एक तुकडा त्याने आपल्याला दाखवला एवढेच! बाबूनेही तसेच केले तर हरकत नाही; पण त्याचा काही नेम नाही. त्याच्या मनात कधी काय येईल, हे सांगता येत नाही. एकदम त्याने जिभेचा कंडका पाडला तर मग काय करायचे? मागाहून बोंबलून तरी काय उपयोग? जीभ कापल्यावर बोंबलता तरी येते का नाही कुणास ठाऊक!

''अन् फुडं?''

''फुडं काय?...''

''आपण सवालजबाब पाठ करायचे. मी प्रश्न इचारीन, तू उत्तर द्यायचे. लोक खूश मग... आपून ताईत इकायचं.''

''पन्... ताईत कुठं हैत?''

''ते मी आणीन. तालुक्याला चार-चार आण्याला मिळत्यात मर्दा. पत्र्याचं तर आसत्यात.''

यावर बराच वेळ चर्चा झाली. काही दिवस प्रॅक्टिस केली, तर सगळे बरोबर जमेल, अशी बाबूची खात्री होती. एकदा पहिला खेळ जोरात गेला, की लांब-लांब जाऊन हा खेळ करून दाखवायचा. आठवड्याचा बाजार आहे, जत्रा आहेत, कुठेही एका खेळाला मरण नाही. चाळीस-पन्नास रुपये मिळायला काहीच हरकत नाही. हां एकच गोष्ट आहे. कंपनीत कुणाला हे पटणार नाही, म्हणून आपल्या दोघांतच ही गोष्ट ठेवायची. पैसे मिळू लागले, म्हणजे मग बाकीच्यांना आपण हे सगळे प्रकरण नंतर समजावून सांगू. आता थोडे लोकांना फसवल्यासारखे आहे; पण परक्या माणसाने येऊन लोकांना फसविण्यापेक्षा, आपणच आपल्या लोकांना थोडे फसवले तर काय बिघडले?

शेवटी बोलणे पक्के झाले. बाबूने चेंगटाला पितळी भरून चहा पाजला. त्यामुळे थोडी कुरकुर करीत का होईना, चेंगटाने त्याला मान्यता दिली. गुपचूप प्रॅक्टिस

करायचे ठरले.

धाकधूक करीतच चेंगट उठला, घराकडे गेला.

दुसऱ्या दिवशीपासून बाबूच्या घरी रोज दुपारी प्रॅक्टिस सुरू झाली. चेंगट पाय पसरून दोन्ही हात गुडघ्यांवर ठेवून बसला की, या कार्यक्रमाला सुरुवात होई. बाबूने मग चमत्कारिक हातवारे करायचे. चेंगट मग थरथर कापत दोन्ही हात मांडीपासून कमरेपर्यंत मागेपुढे करी. बाबूने मूठ मारली, की तो धाड्दिशी बेशुद्ध होऊन निपचित पडून राही. बाबूने त्यानंतर त्याच्यावर एक जाडसे पांघरूण घातले की, प्रश्नोत्तरांना प्रारंभ होई. हे प्रश्न बाबूने तयार केले होते आणि त्याची उत्तरे चेंगटाकडून पाठ करून घेतली होती. चेंगट पहिल्यांदा मराठीत उत्तरे द्यायचा; पण जादूगाराचा खेळ म्हटल्यावर सवाल-जबाब दोन्ही हिंदीत पाहिजेत. त्याशिवाय कार्यक्रमाला प्रतिष्ठा येत नाही, असे बाबूने त्याला पुन्हा-पुन्हा बजावून सांगितल्यामुळे, चेंगट हळूहळू हिंदीत उत्तरे द्यायला तयार झाला होता.

''पोऱ्या...'' अशी हाक बाबूने मारली की चेंगट 'ओ' म्हणून उत्तर देई.

''इधर आव.'' म्हटल्यावर तो 'आया,' म्हणे. मग पुढीलप्रमाणे प्रश्नोत्तरे होत

-

''इस आदमी को देखो।''

''देख्या।''

''इसके डोईपर क्या है?''

''पटका है।''

''पटकेका कलर क्या है?''

''लाल है।''

''पोऱ्या।''

''ओ।''

''इधर आव।''

''आया।''

''इसकी टोपी कैसी है?''

''काळी है।''

''इधर आव।''

''आया।''

''इस आदमीके हात मे क्या है?''

''बिडी है।''

''वो क्या करता है?''

''बिडी वढता है।''

''कैसे मालूम?''

''तावीतसे -''

याप्रमाणे आठ-दहा प्रश्नोत्तरे होत. सगळे प्रश्न आणि त्याची उत्तरे बाबूने तयार करून ठेवली होती. पहिल्यांदा पटकेवाला, त्याच्या पटक्याचा रंग लालच असणार. नंतर काळी टोपीवाला. मग बिडी ओढणारा माणूस. त्यानंतर तोंडात पान चघळणारा गडी. त्याच्यापाठोपाठ खाकी चड्डीवाला पोरगा. मग मांडी खाजवणारा बाप्या. नंतर हिरव्या साडीतील बाई. हा सगळा क्रम बाबूने पुन्हा पुन्हा चेंगटाकडून पाठ करूनच घेतला. त्यात आता चूक होण्याची शक्यताच उरली नाही.

सुरुवातीला या प्रॅक्टिसमध्ये बऱ्याच लहानसहान अडचणी आल्या. एकदा बाबूने मूठ मारल्यावर चेंगट धाडकन खाली पडला; पण बाबूच्या घरची भुई उंच-सखल होती. काही दगड वर आले होते. त्यातल्या एका दगडावरच चेंगटाचे डोके आपटले आणि तो खरोखरच बेशुद्ध पडला. त्यामुळे दोन दिवस तो प्रॅक्टिसला आलाच नाही. एकदा त्याला बेशुद्ध पाडल्यावर बाबू संडासला म्हणून घाईघाईने गेला आणि बराच वेळ आलाच नाही. एकदा बाबू प्रश्नांचा क्रम विसरला, तर एकदा चेंगट उत्तरेच विसरला. दोन-तीन वेळा चेंगटाच्या अंगावर ताईत ठेवायचेच राहून गेले, एकदा चेंगटाला झोपच लागली. या अशा किरकोळ गोष्टी सोडल्या तर प्रॅक्टिस जोरदार झाली. आता कुठेतरी प्रत्यक्ष प्रयोग करायला हरकत नाही, अशी बाबूची खात्री झाली.

सोमवारी बाभूळगावच्या आठवड्याचा बाजार होता. या बाजारातच हा शुभारंभाचा पहिला प्रयोग करायचे निश्चित झाले.

मध्येच तालुक्याला जाऊन बाबूने पाच-पन्नास पत्र्याचे ताईत आणून ठेवले होते. चांगली बासरी मिळाली नाही, म्हणून पोराच्या खेळण्यातीलच एक पिचकी बासरीही त्याने पिशवीत कोंबली होती. स्वत:साठी एक काळे जाकीट पैदा केले होते. चेंगटाच्या नकळत एक बऱ्यापैकी सापही धरून आणायचा त्याचा विचार होता; पण ऐन वेळी एकही साप जाग्यावर नव्हता. त्यामुळे तो विचार त्याला सोडून द्यावा लागला. प्रश्नोत्तरांची उजळणी मात्र त्याने तीनतीनदा करून घेतली होती. एकूण जय्यत तयारी झाली होती.

बाभूळगावाला आठवड्याचा बाजार नेहमीप्रमाणे भरला होता. आसपासच्या गावातून माणसे, बायाबापड्या, पोरेठोरे येत होती. ठिकठिकाणी माल मांडून दुकानदार बसले होते, त्यांचा आरडा-ओरडा सुरू झाला होता. दोन्ही बाजूच्या अरुंद वाटेतून गिऱ्हाइकांची गर्दी वाढत होती. मधूनच भटक्या गाई माणसांना ढुशा देत

हिंडत होत्या. एखादे रिकामटेकडे कुत्रेही त्या गर्दीतून अजागळासारखे हिंडत होते. एकूण बाजाराप्रमाणे बाजार भरला होता. कुठे काही कमी नव्हते.

दुपारची तीन-चारची वेळ होती. उन्हे आता उतरली होती. माणसांचा कोलाहल मात्र वाढला होता.

बाजाराजवळची एक रिकामी जागा निवडून बाबूने तेथे मुक्काम ठोकला होता. सामान टाकले होते.

चेंगट पवित्रा घेऊनच बसला होता. बाबू खेळ केव्हा सुरू करतो, याची वाट बघत होता.

पण गर्दीचाच पत्ता नव्हता.

लोक आसपास हिंडत होते. खरेदी-विक्रीचा दणका चालला होता. अनेक प्रकारचे आवाज एकमेकांत मिसळलेले होते. हॉटेलातला फोनो एकसारखा ठणाणा करीत होता. या सगळ्या गोंधळात बाबू आणि चेंगट या दोन इसमांकडे कोणाचेच लक्ष जाण्याचे कारण नव्हते. 'जादू-जादू' करीत बाबू एक-दोनदा इकडे-तिकडे हिंडला; पण तरी कोणी ढुंकूनसुद्धा तिकडे पाहिले नाही. नाही म्हणायला एक-दोन भटकी कुत्री मात्र आजूबाजूला थोडा वेळ थांबली. त्यांनी कुतूहलाने त्यांच्याकडे पाहिले आणि तीही आपल्या उद्योगाला निघून गेली.

चेंगटाला खाली भुईवर बसून बसून मांडीला रग लागली होती. शेवटी कंटाळून तो म्हणाला, ''आता किती वेळ बसायचं बाबू हितं?''

बाबू आधीच वैतागला होता. तो चिडलाच.

''नुस्तं बसायला तुझं काय जातंय रं चेंगट्या? दुखतंय का तुझं?''

पण चेंगटाने कुरकुर केली.

''गप्.'' बाबूने डोळे वटारून दम भरला. ''आता जमलंच गर्दी.''

''मग तवर समोरच्या हाटेलात जाऊन मी भजी खाऊन येऊ का? गर्दी जमस्तंवर मी आलोच.'' हॉटेलातून येणारा भज्यांचा खमंग वास चेंगटाला मघापासून अस्वस्थ करीत होता. तो उठलाच, तरातरा निघाला.

आता मात्र बाबूचे डोके गेले. त्याने चेंगटाचा हात धरला आणि एक दणका त्याच्या पाठीत घातला. नानाने आपला हात हिसडला. बाबूच्या हातातून तो सोडवून घेतला आणि तो पुढे सटकला. तेवढ्यात बाबूने रागारागाने त्याला टांग मारली. चेंगट धाडकन खाली आपटला. न राहवून तो ओरडला, ''अयायाई... मेलो!''

बाबूने त्याला पुन्हा उभा केला आणि त्याच्या पाठीत एक दणका पुन्हा ठेवून दिला. पुन्हा चेंगटाने गळा काढला.

या मारामारीचा एवढा परिणाम झाला की, बऱ्याच लोकांचे लक्ष या जोडगोळीकडे

गेले. भराभरा माणसे गोळा झाली. पोरेठोरेही पळत आली. सगळेच हा काय प्रकार आहे, हे कुतूहलाने पाहू लागले.

कुणीतरी बाबूला विचारले, ''काय भानगड है पैलवान?''

बाबू हिंदीत बोलला, ''भानगड-बिनगड कुछ नही है। जादूका खेळ है।''

या ठिकाणी जादूचा खेळ होणार आहे, हे कळल्यावर जमलेल्या माणसांची उत्सुकता वाढली. ते थांबले. काही जण दोन पायांवर निवांत बसले. थोडी गर्दी जमल्यामुळे आणखी माणसे तेथे गोळा झाली. एकूण जादूचा प्रयोग करण्यासाठी योग्य ते वातावरण तयार झाले. बाबूने मध्येच खिशातून पिचकी बासरी काढून ती वाजविण्याचा खटाटोप केला; पण तिचा आवाज गिरणीच्या भोंग्यासारखा असा काही कर्कश्श आणि विचित्र निघाला की जमलेल्या लोकांना हा काहीतरी विनोदी प्रकार आहे, असे वाटले. ते हसू लागले. लहान पोरेही खदाखदा हसली. फार काय, नाना चेंगटही आपला मार विसरला आणि फक्कन हसला. पोरांनी आपणहून टाळ्या वाजवल्या.

मग बाबूला आठवण झाली. तो ओरडला, ''बच्चे लोक, टाळ्या बजाव -''

जमलेल्या दहा-पाच पोरांनी टाळ्या वाजवल्या. बाबूने सगळ्यांना खिशातून काढलेला एक ताईत दाखवला. त्या ताईताचे माहात्म्य वर्णन करून सांगण्याचा प्रयत्न केला.

मग तो ओरडला, ''आता जादूची कमाल देखो।''

त्याने एकदम ताईत धरलेल्या हाताची मूठ वळवली. चेहरा भीषण केला. वेडेवाकडे हातवारे केले आणि चेंगट्याच्या दिशेने मूठ मारली.

- आणि एकदम तो चकित होऊन बघतच राहिला.

म्हणजे? हा काय प्रकार?

चेंगट तिथे नव्हताच. 'आत्ता इथं बसला होता मग गेला कुठं? खरोखरच जादू होऊन तो एकाएकी हवेत गडप झाला की काय?'

डोळे विस्फारून आणि तोंडाचा आ करून बाबू समोर बघतच राहिला. त्याला काही कळेनाच. लोकही त्याच्याकडे एखाद्या वेड्या माणसाच्या चाळ्याकडे पाहावे, तसे पाहू लागले.

अशी दोन मिनिटे गेली.

मग एकाएकी गर्दीतून वाट काढीत चेंगट घाईघाईने आत आला. आल्या आल्या त्याने बाबूकडे भीत-भीत पाहिले. एक करंगळी वर केली आणि आपल्या अनुपस्थितीचे महत्त्वाचे कारण सांगितले. जीभ दाताखाली चावून दिलगिरी प्रदर्शित केली. मग भुईवर बसून त्याने दोन्ही तंगड्या पसरल्या. गुडघ्यावर दोन्ही हात टेकवले.

बाबूने आपला सगळा राग मनात गिळला. मग पुन्हा त्याने वेडेवाकडे हातवारे

केले. मुद्रा पुन्हा भयानक केली. एकदम चेंगटाच्या दिशेने मूठ मारल्याप्रमाणे हात फेकला. त्याबरोबर गुडघ्यांवरील दोन्ही हात मागेपुढे करीत चेंगट थरथर कापू लागला. त्याने चेहरा शक्य तेवढा तांबडालाल केला. बाबूने पुन्हा मूठ मारल्यावर तो धाडकन खाली पडला. खाली पडता-पडता त्याने डोक्याच्या खाली दगड नाही ना, याची खात्री करून घेतली. तो नंतर अगदी निश्चेष्ट पडला. त्याच्या सर्वांगावर एक चादर टाकली. पिशवीतून एक सुरा बाहेर काढला.

''आता उसकी जीभ काटता है -''

एवढे बोलून त्याने गडबडीने पांघरुणाखाली दोन्ही हात घातले. खसाखसा हाताची हालचाल केली आणि एक तांबडा तुकडा बाहेर काढून सर्वांना दाखवला. लोक एकदम हसू लागले. बाबूला आश्चर्य वाटले.

आता हसायला काय झाले? गाढवच दिसताहेत!

गर्दीतला एक जण ओरडला.

''ओ पैलवान, कुठली जीभ कापली तुमी?''

''का काय झालं?''

''मुंडकं तर तिकडे हाय, तुम्ही पायाकडं सुरा मारलात राव -''

बाबूने चमकून पाहिले. खरी गोष्ट होती. लोकांकडे बघत-बघत बाबूने हा उद्योग केल्यामुळे आपण चेंगट्याच्या पायाकडे हात घातला, हे लक्षातच आले नाही; पण चेहऱ्यावरील गांभीर्य अजिबात ढळू न देता तो म्हणाला -

''मग हीच तर मजा है आमच्या जादूची. पायाकडं सुरी घालून तोंडातली जीभ कापलीय. जादू केल्याशिवाय जमलं का हे आष्टमकोष्टम?''

बाबूने नंतर वेळ घालवलाच नाही. चेंगट्याच्या छातीवर तो ताईत ठेवला, ''जीभ कापली, तरी हा कसा घडाघडा बोलतो पाहा आणि कसा न बघता बरोबर उत्तरं देतो ते ऐका,'' असे ठणकावून सांगून त्याने सवाल-जबाबाचा नीट बसवलेला कार्यक्रम एकदम सुरू केला.

गर्दीच्या कडेने हिंडत हिंडत तो कर्कश्शपणे ओरडला, ''पोऱ्या।''

''ओ।''

पांघरुणातून ताबडतोब उत्तर आले. बाबूला जरा हायसे वाटले.

''इधर आव -''

बाबू एका लाल रंगाच्या पटकेवाल्याशी थांबला.

''आया।''

''कोण है?''

''माणूस है।''

''उसके डोईवर क्या है?''

''पटका है।''

''पटकेका कलर कौनसा है?''

''लाल है।''

''कैसे मालूम?''

''ताईतसे -''

''शाबास - इधर आव.''

''आया।''

इथपर्यंत बरोबर जमले. एकदम बाबूच्या डोक्यात गोंधळ उडाला. पुढचा प्रश्न त्याला काही आठवेना. तो गांगरला. बिडी ओढणाऱ्या एका माणसाचा हात धरून त्याने विचारले, ''ये माणूस देखो.''

''देख्या -'' चेंगट ओरडला.

''क्या करता है?''

''मांडी खाजवता है -''

हे उत्तर ऐकल्यावर गर्दीत एकदम प्रचंड हशा झाला. काही जणांनी टाळ्या वाजवल्या. आता मात्र बाबू भलताच गांगरला. सगळे सवाल त्याच्या डोक्यात उलटे-पालटे झाले. तो काहीही प्रश्न विचारू लागला आणि चेंगट त्याची ठरलेली उत्तरे देऊ लागला. लहान पोराचा हात धरून त्याने हा काय करतोय, म्हणून विचारले, तेव्हा 'चेंगटाने बिडी वढता है -' म्हणून उत्तर दिले. एका म्हाताऱ्या माणसाला उद्देशून प्रश्न विचारल्यावर ती बाई असून तिच्या लुगड्याचा रंग हिरवा आहे म्हणून त्याने जोरदार उत्तर दिले. तर बाईने चड्डी घातली असून तिच्या चड्डीचा रंग खाकी असल्याचे, त्याने ठणकावून सांगितले. दुसऱ्या एका म्हातारीने डोक्यावर काळी टोपी घातली आहे आणि ती पानतंबाखू चघळीत आहे, हेही त्याने न चुकता सांगून टाकले.

चेंगटाच्या एकेका उत्तराबरोबर लोकांत हशा होत होता. हसून हसून त्यांची पोटे अक्षरशः दुखू लागली. लोक टाळ्या वाजवू लागले. शिट्ट्यांचे आवाज ऐकू येऊ लागले. आरडाओरडा सुरू झाला. हा भलताच विनोदी कार्यक्रम आहे, याबद्दल मात्र सर्वांचे एकमत झाले.

बाबू पार ढेपाळला. पुढे कोणते प्रश्न विचारावे आणि नंतर ताईताचा महिमा कसा सांगावा, हे सगळे त्याला सुचलेच नाही. तोंड एवढेसे करून तो दमलेल्या गाढवाप्रमाणे गप्प उभा राहिला.

लोकांत केव्हाच पांगापांग झाली. बघताबघता सगळे गेले. तेथे कोणी उरले नाही. एक-दोन पोरे तेवढी चड्डीची नाडी तोंडात घालून उगीचच बाबूकडे बघत उभी राहिली.

थोड्या वेळाने चेंगट आपोआप उठून बसला. काय घोळ झाला, हे कळल्यावर

तो तावातावाने म्हणाला, ''तूच समदा घोटाळा केलास, बाबू. माझी काई चुकी न्हाई..''

गोष्ट खरीच होती. चूक बाबूचीच होती. बाबूलाही मनातून ते मान्य होते; पण ते कबूल न करता तो म्हणाला, ''आता तरी लोकांना पटलं का न्हाई?''

''काय पटलं?'' चेंगटाने विचारले.

''हेच... ही जादूबिदू काई नसती. समदी बनवाबनवी आसती. ह्या तायताफियतात तर काई दम न्हाई. मला तेच लोकांना सांगायचं हुतं.''

चोरी झालीच नाही!

गावात पेठेकडे जाणाऱ्या चौकात बजाबाचे हॉटेल होते. चौक मुख्य रस्त्यावरचा होता. एक रस्ता गजबजलेल्या पेठेकडे जात होता, तर दुसरा सिनेमा थिएटरकडे वळत होता. पलीकडे शाळा होती. तमाशाचे थिएटरपण लांब नव्हते. आठवड्याचा बाजार भरला म्हणजे तो चौकापर्यंत जायचा. सांगायची गोष्ट अशी की, बजाबाचे हॉटेल अगदी मोक्याच्या ठिकाणी होते. गिऱ्हाइकाची सदैव वर्दळ असायची. जाता-येता माणसे आत शिरत, चहा पीत. हौशी माणसे तुपाने थबथबलेला शिरा खात. गरमागरम जिलेबी खात. ओरडून ओरडून हॉटेलातल्या पोरांचे घसे सुकून जात. बजाबा गल्ल्यावर बसल्याबसल्या पैशाची देवघेव करून-करून थकून जाई. एकूण त्याचे उत्तम चाललेले होते. बघता बघता लहानशा हॉटेलचे रूपांतर आता चांगल्या प्रशस्त हॉटेलात झाले होते. नवीन टेबले, नवी बाकडी, नवे फोटो... प्रत्येक गोष्ट बजाबा दणक्याने आणत होता आणि हॉटेलची कळा आणखीनच वाढत होती. त्याबरोबर गिऱ्हाईकही वाढत होते. पैसा दणकून मिळत होता.

हे सगळे चांगले घडत होते खरे; पण बजाबाला मनस्ताप देणाऱ्या गोष्टीही वाढत होत्या. हॉटेल वाढले, तशी हॉटेलातील पोरेही वाढली. त्यांची नाना व्यसने, अनेक कटकटी, भांडाभांडी, चोऱ्यामाऱ्या. ही पोरे चोरूनमारून हॉटेलातला चांगला स्वादिष्ट माल घशाखाली उतरवीत, हे बजाबाला कळत होते. स्वैंपाकघरातल्या कोठीच्या खोलीतला माल अलीकडे बेपत्ता होतो, हे त्याच्या कानावर आले होते. आपण गल्ल्यावर नसलो, म्हणजे ही पोरे तयार मालावर दाबून हात मारतात, हेही त्याला माहीत होते; पण त्याची त्याने आजवर फारशी दखल घेतली नव्हती. हॉटेल चांगले चालले आहे ना? धंदा झकास होतो आहे ना? मग जाऊ द्या. या गोष्टी थोड्याफार चालायच्याच. अहो, जो तळे राखील, तो पाणी चाखणारच. अगदीच कसा कोरडा राहणार? असा विचार करून तो गप्प बसत होता. मधूनमधून पोरांना दम भरीत होता. एखाद्याला हाकलून देत होता; पण यापेक्षा अधिक काही करावे, असे त्याच्या मनात आले नव्हते.

पण आज मात्र त्याच्या अंगाचा भडका उडाला होता. त्याची एरवीची सहनशक्ती अगदी संपुष्टात आली होती.

नुकतीच नवीन ग्लास, फुलपात्री, पेले, डिशेस यांची ऑर्डर दिलेली खोकी माडीवर येऊन पडली होती. त्यातील जवळजवळ निम्मा माल गडप झाला होता आणि हॉटेलातला एक पोरगा कालपासून बेपत्ता होता. जवळजवळ पाच हजारांचा तरी माल असेल.

आता मात्र कहर झाला होता. हे सहन करणे शक्य नव्हते. या पळून गेलेल्या पोरानेच हा माल घेऊन पोबारा केला, हे नक्की. माल तर मिळवलाच पाहिजे, पण या पोरालाही खडी फोडायला पाठवले पाहिजे. नाहीतर या गोष्टी वाढतच जातील. आपल्याला अशाने एक दिवस दिवाळे काढावे लागेल.

चिडलेल्या बजाबाने असा विचार केला आणि तरातरा बाहेर जाऊन पोलिसात वर्दी दिली.

पोलीस ठाण्यावर नेहमीचेच वातावरण होते. साहेब अजून आलेले नव्हते. केव्हा येतील, हे कुणीच सांगू शकत नव्हते. एका दरोड्याच्या तपासासाठी ते बाहेरगावी जायचे होते. बहुधा ते गेलेले असतील, अशी कानावर आलेली एक बातमी एका कॉन्स्टेबलनेच बजाबाला सांगितली. एक वयस्क शिपाईबुवा डेस्कापाशी बसून काहीतरी लिहीत होते. आसपास काय चालले आहे, याची त्यांना अजिबात पर्वा नव्हती. एक-दोन तरणेताठे शिपाई उगाचच आतबाहेर करीत होते. ते कोणत्या कामात गुंतलेले असावे, याचा तर्क कुणालाही करता येणे कठीण होते. गावातील चार-दोन मंडळी जमली होती. त्यांच्या काहीतरी तक्रारी ऐकत ठाणे अंमलदार बिडी ओढीत होते.

बजाबाची तक्रार तोंडी ऐकून घेतल्यावर काळेपांढरे केस झालेले, उंटाप्रमाणे मान असलेले ठाणे अंमलदार, बिडीचा शेवटचा झुरका घेऊन, थोटूक जमिनीवर विझवीत म्हणाले, ''म्हणजे - चोरी झाली म्हणता?''

''अहो, चार-पाच हजारांचा माल गेला.'' बजाबा कळवळला.

''काय काय होता माल?''

''नवीन ऑर्डर दिली होती, पेले, ग्लास काचेचे, ताटल्या...''

''तुमचं काय स्टोरफिअरचं दुकान आहे काय?''

''दुकान नाही - हॉटेल आहे. प्रशिद्ध आहे ना गावात.''

''आसं? कुठलं?''

''धी न्यू बजरंग हॉटेल. आपल्या पेठेच्या कॉर्नरला...''

''हां हां ते हॉटेल?'' ठाणे अंमलदाराचे डोळे एकदम चमकले.

''अरे, प्रशिद्ध हॉटेल आहे!. म्हणजे बजाबा सोनकेकर.''

''मीच तो.'' बजाबाला त्याही परिस्थितीत बरे वाटले!

''मग काय? तुमची कंप्लेंट लिहून घेतलीच पायजे. चार-पाच हजारांचा माल म्हंजे काय चेष्टा आहे?''

''तेच म्हणतो मी.''

''बरं. असं करा बाहेर जाऊन दुकानातनं एक दस्ताभर कागद घेऊन या.''

''दस्ताभर कागद? ते कशाला?''

बजाबाची कीव केल्याप्रमाणे दृष्टिक्षेप टाकून ठाणे अंमलदार बोलले, ''अहो, इथं ठाण्यावर कागद आहेत कुठं? सारख्या जंतेच्या तक्रारी. अगदी लैन लागलीय. सगळे सरकारी कागद खलास. आम्ही तरी कुठून दर खेपेला आणणार?''

''तेही खरंच.'' बजाबाने मान डोलावली, ''आणतो आत्ता जाऊन. त्याच्या बरोबर पेनपण घेऊन येतो. शाई भरून.''

''मग तर बेस्ट काम. या घेऊन. अन् आसं करा... एक कॅप्स्टनचं पाकीटपण बरोबर असू द्या. आयला ह्या बेकार बिड्या वढून वढून कंटाळा आला.''

''अन् एक डबडं काड्याचं.'' जवळच उभा असलेला एक उमेदवार हडकुळा शिपाई बोलला.

''आणतो.'' असे म्हणून बजाबा उठला आणि बाहेर पडला. त्याने दुकानातून कागद, पेन या महत्त्वाच्या वस्तू खरेदी केल्या. मग कॅप्स्टनची एक सोडून दोन पाकिटे खरेदी केली. काड्याची पेटीपण घेतली. या सर्व वस्तू घेऊन तो परत ठाण्यावर आला, तेव्हा तेथे जनतेची गर्दी अंमळ वाढलेलीच होती. त्या गडबडीत ही सर्व तक्रार लिहून घेणे, या गोष्टीला बराच वेळ लागेल, तेव्हा तुमच्या हॉटेलमध्येच बसून एकदा सगळे निरीक्षण करू आणि मग तिथेच तक्रार लिहून घेऊ, असे अंमलदार साहेबांनी सुचविले. बजाबालाही ती सूचना योग्य वाटली.

मग अंमलदार जवळ उभ्या असलेल्या शिपायाला म्हणाले, ''खंडू, तू काय करतोस?''

''काय करू?'' खंडूने नम्रतेने विचारले.

''तू कागद-पेन घेऊन पुढे जा. कम्पलेंट लिहून घे. तोवर मी इथली जंतेची कामं आटोपून आलोच.''

''होय साहेब, चला.''

खंडूने बजाबाला इशारा केला, तेव्हा बजाबा उठला. दोघेही हॉटेलकडे आले. बजाबा हॉटेलकडे नसल्यामुळे नेहमीचा गोंधळ झालाच होता. एक जुना नोकर गल्ल्यावर होता, पण अलीकडे त्याचाही भरवसा बजाबाला वाटेनासा झाला होता. गल्ल्यातले पैसे कमी होतात, अशी त्याला शंका येत होतीच. हॉटेलमध्येच बसून तक्रार सांगावी, येथेच चौकशी व्हावी, हे त्यालाही सोयीचे वाटले.

माडीवर जाऊन बजाबाने नवीन आलेल्या मालाची खोकी खंडूला दाखविली. किती आणि कोणता माल गेला, हे सांगितले. मग दोघेही खाली हॉटेलमध्ये आले. खंडू गल्ल्याशेजारच्या बाकड्यावर बसला. त्याने कागद, पेन सरसावले.

पहिली प्रास्ताविक माहिती लिहून त्याने विचारले, ''बरं, काय काय माल गेला? डीटेलवार सांगा बरं.''

बजाबा म्हणाला, ''नक्की मी तरी कसं सांगणार? ग्लास काचेचे, पेले स्टेनलेसचे, झालंच आपलं तर डिशेस...''

''प्रत्येक आयटेम वेगळा सांगा. ग्लास किती, पेले किती?''

''मोजून बघावं लागेल.''

''बरं, अंदाजे सांगा की.''

- असे म्हणून आपण फार मोठी सूट दिली, अशा दृष्टीने खंडूने बजाबाकडे पाहिले. बजाबाने अंदाजाने काही आकडे सांगितले. ती सर्व माहिती लिहून झाली. बेपत्ता पोराचा संशय झाला. सर्व तक्रार लिहून झाल्यावर बजाबाने त्यावर वेड्यावाकड्या अक्षरांत एक सही ठोकली.

मग खंडू खूश होऊन हसला. ''आता काय काळजी करू नका, बजाबा तुम्ही. बराब्बर त्या पोराला धरून आणू अन् मालही हुडकून काढू तुमचा.''

''तसं झालं, तर बरं हुईल.''

''आता ठाणे अंमलदार येतीलच. सगळी कम्प्लेंट नीट बघून घेऊन जातील. इन्क्वायरी सुरूच बघा लगीच.''

''मग काय हारकत नाही.''

''बरं, आत्ता गरम काय आहे?''

बजाबाला पहिल्यांदा हा प्रश्न कळलाच नाही. मग त्याच्या ध्यानात आले की, हॉटेलातील खाद्यवस्तूंपैकी गरम काय आहे, असा याचा अर्थ आहे. तो उत्साहाने म्हणाला, ''घ्या ना. काय पाहिजे? गरम शिरा आहे, भजी आहे. झालंच तर बटाटेवडा, मिसळ.''

''आणा थोडं थोडं, सगळंच आणा.''

बजाबाने लगेच ऑर्डर दिली. खुद्द मालकाचीच ऑर्डर, मग काय पाहिजे? सगळे पदार्थ खरोखरीच गरमागरम तर आलेच, पण अगदी ताटल्या भरभरून आले. खंडूने ते पदार्थ नीट टेबलावर मांडून घेतले. मग एकेका पदार्थाचा सवडीसवडीने समाचार घेतला. त्याने सगळे खाणे संपवले. वर ग्लासभर पाणी ढोसले. ढेकर देऊन तो म्हणाला, ''वा बजाबा... मस्त माल आहे हां तुमचा. उगीच नाही हॉटेल चाललेलं. गरम जिलेबी केव्हा, सकाळी आसती का?''

''हां, सकाळी आसती.''

''मग, सकाळीच यीन केव्हातरी.''

''या की, केव्हाही या.'' बजाबा असे म्हणाला खरे, पण त्याच्या बोलण्यात मघाचा उत्साह नव्हता.

खंडू म्हणाला, ''आता तुम्ही काळजी करूच नका. कम्प्लेंट दाखल झालीच. आता तपासाचं काम आमचं. कुठं पाताळात दडला असला तो पोऱ्या, तरी धरून आणू हो. आता माल थोडा फार इकडंतिकडं हुईल, पण तरी काढू हुडकून. पोलीस खातं म्हणजे काय समजलात तुम्ही?''

खंडूने मग पोलीसखात्याचे महत्त्व बजाबाच्या मनावर चांगल्या तऱ्हेने ठसवले, त्यावरून बजाबाला पुष्कळच नवीन गोष्टी समजल्या. सरकारचे पोलीसखाते हे फार विलक्षण सामर्थ्य असलेले खाते असते. एकदा का पोलिसांनी तपास सुरू केला, की सगळे गुन्हेगार थरथर कापू लागतात. बहुतेक सगळे सापडतातच. काही गुन्हेगार तर आपणहून पोलिसांच्या स्वाधीन होतात. बहुतेक जण ताबडतोब गुन्हा कबूल करतात. एखादा नाकबूल करणारा निगरगट्ट भेटलाच, तर मग पोलिसांजवळ फार प्रभावी शस्त्रे असतात. पोलिसाने एक थप्पड मारली, की गुन्हेगार निम्मा खलास होते. दुसऱ्या थपडेला तो धडाधडा बोलायला लागतो. अन् कंबरड्यात एक लाथ घातली तर? ती लाथ इतकी प्रभावी असते, की न केलेला गुन्हादेखील तो झटकन कबूल करतो. केलेल्या चोरीचा माल तर तो स्वाधीन करतोच, पण त्यात नसलेला इतर मालही तो देऊन टाकतो. पोलीसखात्याचा महिमा हा असा आहे. मात्र एकच अडचण असते. पोलिसांची संख्या कमी अन् जनतेच्या तक्रारी असंख्य. गुन्हे अगणित, म्हणून आपल्या गुन्ह्याची चौकशी लवकर व्हावी, असे वाटत असेल, तर पोलिसांना थोडे खूश करावे लागते. त्यात हयगय होता कामा नये.

खंडूने ही माहिती बजाबाला समजावून सांगितली. तेवढ्यात ठाणे अंमलदारही हॉटेलमध्ये येऊन पोहोचले. आपली उंटासारखी मान इकडे-तिकडे फिरवून त्यांनी पहिल्यांदा हॉटेलचे बारकाईने निरीक्षण केले. कोण काय काय खाताहेत, हे एकदा नीट न्याहाळून पाहिले. मग एका स्वतंत्र बाकड्यावर त्यांनी मुक्काम ठोकला. एक सिगारेट शिलगावून ते खंडूला म्हणाले, ''काय, घेतली कम्प्लेंट लिहून?''

''होय साहेब, सगळं कंप्लीट झालं काम.'' खंडूने मोठी ढेकर दिली.

''बघू.''

अंमलदारांनी हातात कागद घेऊन सगळा मजकूर एकदा नीट डोळ्यांखालून घातला. मग बजाबाकडे मोर्चा वळवला.

''काय नाव काय म्हणालात?''

''कुणाचं माझं? बजाबा आबा सोनकेकर.''

बजाबाने तत्परतेने आपले संपूर्ण नाव सांगितले.

''तुमचं नव्हे हो. तुमचं काय करायचंय? त्या पोराचं म्हणतो मी.''

''बाळू... बाळू म्हादेव...''

''आडनाव?''

''आडनाव म्हाईत नाही.''

''पोरं कामाला ठेवता आन् आडनाव म्हाईत नाही? कमाल झाली तुमची. बरं, त्या पोराचा एखादा फोटोबिटो आहे?''

''फोटो?'' बजाबाने तोंड वासले. ''फोटो कुठला, साहेब?''

''मग आम्ही तपास कशाच्या आधारावर करणार? बरं, चौकशी करा. काढलेला असतो एखादा फोटो. मिळाला तर द्या पाठवून.''

''बराय.'' बजाबाने मुंडी हलवली.

अंमलदारांनी आणखी मग इकडे-तिकडे चौकशी केली. मग ते एकदम म्हणाले, ''बरं, आत्ता काय गरम आहे?''

बजाबा एकदम दचकलाच. आता याही साहेबाचा सगळा फराळ इथे होणार, हे त्याच्या लक्षात आले; पण त्याने पुन्हा मनाशी विचार केला. खाल्ले तर खाऊ दे. खाऊन खाऊन किती खाणार? पोलिसात तक्रार नोंदवल्यावर त्यांची एवढी बडदास्त ठेवावीच लागणार. त्यात कुरकुर करण्यासारखे तसे काही नाही.

''घ्या ना साहेब, गरम शिरा आहे. भजी, बटाटेवडा, मिसळ.''

''आणा काय असेल ते.'' अंमलदार साहेबांनी स्थितप्रज्ञ मुद्रेने सांगितले.

''डिंक लाडू आहेत का?''

''आहेत ना.''

''मग तोही आणा.''

बजाबाने पुन्हा ऑर्डर दिली. पुन्हा पहिल्याप्रमाणेच भरगच्च बशा आल्या. त्यांनीही एकेका बशीचा मोठ्या कौतुकाने आस्वाद घेतला. सगळे खाणे संपल्यावर बजाबाने पान मागवले. ते तोंडात टाकून लाल चोथा तोंडात घोळवीत अंमलदार म्हणाले, ''बराय् आम्ही जातो. पण एक सांगतो...''

''काय?''

''शंभर हिश्श्यांनी त्या पोराचंच हे काम. दुसरा कोणी चोर नाही. त्याला धरलं की झालं काम.''

''तेच तर म्हणतोय, साहेब मी.''

''हां, आता त्याच्याकडे बघतो आम्ही.''

''काही हरकत नाही.''

''थोडा वेळ लागेल, पण काम होऊन जाईल तुमचं. मधूनमधून इथं येऊन जाऊ आम्ही.''

''या ना साहेब.''

पोलीस मंडळी सर्व निघून गेली. बजाबाही आपल्या उद्योगाला लागला. त्याने मनाशी थोडका विचार केला. काही झाले, तरी पोलिसाशी गाठ आहे. त्यांना थोडेफार

तरी खूश करावेच लागणार. उगीच कुरकुर कशाला करायची? कुणीकडून तरी तो पोरगा सापडला अन् माल आपल्याला मिळाला म्हणजे झाले. थोडे फार नुकसान गृहीतच धरायचे; पण बाकीच्या पोरांना निदान दहशत बसेल. जरा चोऱ्यामाऱ्या तरी कमी होतील.

यावर आठ-दहा दिवस गेले.

या आठ-दहा दिवसांत विशेष काही घडलेच नाही. नाही म्हणायला दोन दिवसांनी खंडू आणि दुसरा एक पोलीस एकदा सकाळचेच हॉटेलात येऊन गेले.

आल्याआल्या खंडूने विचारले, ''काय बजाबा, फोटो मिळाला का त्या पोराचा?''

बजाबा वैतागाने म्हणाला, ''अहो, हाटेलातलं पोरगं ते. दोन महिन्यांपूर्वी लावून घेतलेलं, फोटो कुठला आलाय त्याचा?''

''ते बरोबर आहे तुमचं म्हणणं, पण जरा बघा इकडं-तिकडं. असतो एखांद्या वेळी काढलेला.''

''अंहं! अजाबात नाही.''

''बरं बरं असू द्या - हे बघा फोटो.''

खंडूनं कुठले तरी चार-दोन फोटो खिशातून काढून बजाबाला दाखविले.

''अट्टल गुन्हेगारांचे आहेत. काही वळख पटती का बघा. पटत आसंल तर सोपं काम आहे.''

बजाबाने फोटो न्याहाळून बघितले. यातला एक दाढीवाला होता. दुसरा एकदम टक्कलवाला होता. बाकीचे दोन फोटो तर नीट ओळखूही येत नव्हते. ते देवादिकांचे आहेत, म्हणून कुणी सांगितले असते, तरी त्यावर विश्वास बसला असता.

''अहो, सांगितलं ना तुम्हाला, पोरगं आहे पंधरा-सोळा वर्षांचं. आसं गोरटेलं अन् हाडकुळं.''

''अरे हो, खरंच की!''

खंडूने मग ते फोटो खिशात टाकले. आणखी इकडे-तिकडे काही नवीन चौकशी केली. मग तो म्हणाला, ''बरं आत्ता गरम काय आहे? जिलबी आसलं ना गरम?''

समोरच एक गिऱ्हाईक गरमागरम जिलबी अन् भजी खात बसले होते. बजाबाला 'नाही' म्हणणे शक्यच नव्हते. त्याने लगेच ऑर्डर दिली.

''अरे, हवालदारसाहेबांना गरम जिलबी अन् गरमागरम भजी आण.''

सगळे खाणे व्यवस्थित झाल्यावर दुसरा हवालदार म्हणाला, ''आता बिनघोर ऱ्हावा बजाबा तुम्ही. तपासाचं काम बहुतेक आमच्याकडंच येणार. अगदी हजार हिश्श्यांनी.''

''म्हणजे? अजून सुरू झालं नाहीच का?''

''झालं आसतं हो. पण मधेच ही इनसपेक्शन आली.''

हवालदार गंभीर मुद्रेने म्हणाला, ''डीएसपी साहेब येऊन गेले. त्यांच्या सरबराईत दिवस गेले. मध्येच एक रेड झाली.''

रेड झाली, म्हणजे काय वेगळे झाले, हे बजाबाला नीटसे कळले नाही. तथापि, पोलीस खाते सध्या फार कामात आहे एवढे त्याला समजले; पण आता हे काम संपलेले आहे जवळजवळ, अन् आता आपल्या चोरीचा तपास जारीने सुरू होणार आहे, एवढे त्याच्या ध्यानी आले आणि तो गप्प बसला. मग आणखी एक-दोन दिवस गेले आणि त्यानंतर मात्र तपासाचे काम खरोखरीच जारीने सुरू झाले आहे, असे बजाबाला वाटू लागले. एकदा खुद्द ठाणे अंमलदार एक ग्लास आणि एक फुलपात्रे घेऊन आले आणि या वस्तू तुमच्या चोरीला गेलेल्या मालापैकीच आहेत का, अशी त्यांनी बजाबाजवळ चौकशी केली. बजाबानेच त्यांना फुलपात्रावरील कुणाचे तरी पुसट असलेले नाव दाखवले आणि ग्लासही जुनापुराणा असल्याची खातरजमा करून दिली. तेव्हा त्यांनी त्या वस्तू परत आपल्या पोतडीत टाकल्या. मग आज काय काय गरम आहे, हा प्रश्न त्यांनी अगत्याने विचारला आणि ते सगळे गरम पदार्थ पोटभर खाऊन ते निघून गेले. त्यानंतर खंडू एकदा एक थाळी आणि एक डिश घेऊन आला. चौकशी करून गरम खाऊन तो निघून गेला. त्यानंतर एकदा दुसरा एक हवालदार एका जिवंत पोरालाच मारीत ठोकीत घेऊन आला आणि 'हाच का तो तुमचा पळून गेलेला पोरगा, बाळू?' असा प्रश्न विचारून त्याने त्या पोराला बजाबापुढे उभे केले. हा पोरगा तो नव्हे, असे अर्थातच बजाबाने त्याला ताबडतोब सांगून टाकले. तेव्हा त्या अपराधाबद्दल त्या पोराने त्या हवालदाराचा पुन्हा एकदा मार खाल्ला आणि चिडलेल्या हवालदारसाहेबांना शांत करण्यासाठी त्या दिवशी जे जे गरम होते, ते ते त्यांना सगळे भराभरा द्यावे लागले.

एकदा तर फारच कहर झाला.

अशीच सकाळची वेळ. गिऱ्हाइकांची गडबडीची वर्दळ. अशा गडबडीत दोन लालसर डोळ्यांची अन् मख्ख चेहरे असलेली एक-दोन माणसं तरातरा आली अन् गल्ल्याजवळ येऊन उभी राहिली. एकाने तर बजाबाकडे पाहून ओळख असल्याप्रमाणे जबडा लांबलचक पसरून हसरी मुद्रा केली.

''काय वळख इसरला का?''

बजाबाला काही आठवेना. त्याने प्रश्नांकित मुद्रा केली, ''म्हंजे कोण? आपल्या नाही लक्षात आलं.''

''हॅट राव! एवढ्यात वळख विसरलात?''

''पण कोण?''

''आम्ही तिथंच हुतो ना! ठाणे अंमलदाराजवळ बसलेले!''

मग हळूच तोंड पुढे करून खाजगी आवाजात तो म्हणाला, ''आमी पोलिसाचे खबरे आहोत. खात्यातलीच माणसं म्हणा की. लागला का तपास काही पुढं?''

बजाबा हताश सुरात म्हणाला, ''कशाचा तपास अन् काय? नुसती येतात तुमची माणसं अन् खाऊन निघून जातात, पुढं काही नाही.''

''तसंच होणार हो. दुसरं काय होणार?'' दुसरा खबऱ्या आता तोंड उघडून बोलला. मग त्याने विचारमग्न मुद्रा केली.

''म्हंजे!''

''आवो, ही सवयच लागलीय पोलिसांना. आता तुमचं हाटील हैना? काहीतरी चौकशी केल्यासारखं करणार अन् हितलं फुकट खाऊन जाणार. लै हराम जात है.''

''मग?''

''कुठं काय करायला पायजे सांगू का?''

''सांगा की, बसा ना बाकड्यावर.'' बजाबाला बरे वाटले.

दोघांनीही दात विचकले. मग दोघेही एका बाकड्यावर बसले.

''सांगतो. पण ऐकणार का?''

''सांगा तर खरं.''

''जरा नीटनेटकं सांगाय पायजे.'' असे म्हणून दुसऱ्याने डोळे मिटले. विचारमग्न मुद्रा केली.

''बरं, आत्ता गरम काय आहे? काय आसंल ते मागवा. तोपर्यंत सांगतो एकेक.''

बजाबाने चडफडत चहाची ऑर्डर दिली. ते पीतपीत एक जण म्हणाला, ''या पोलिसाकडनं कसलं काम हुतंय तुमचं घंटा? ते हुकमाचे ताबेदार हो.''

''म्हंजे?''

''वरच्या साहेबांनी मनावर घेतलं पाहिजे. मग लगेच पळतेत बगा समदे.''

''म्हंजे फौजदारसाहेब?''

''हां. मध्ये नव्हते. टूरवर होते. रजाबी काढली हुती. आता परत आलेत.''

''मग काय करू म्हणता?''

''त्यांना भेटायचं. चांगला माणूस है. फार काई पैशे घेणार न्हाई.''

हे ऐकून बजाबाच्या पोटात एकदम गोळाच आला.

''म्हंजे? हे साहेब आमच्याकडून पैशे घेणार?''

दुसरा खबऱ्या आश्चर्यचकित तोंड करून बोलला, ''म्हंजे? समदेच घेत्यात. पण हा साहेब तसा दयाळू है. पाचशे रुपयात भागंल काम.''

''पाचशे?'' बजाबाला एकदम किंकाळी फोडावी असे वाटले.

''हां. पाचशे फकस्त. पुढं तपास सुरू झाल्यावर तपास करणारालाच मग थोडी चिरीमिरी दिली म्हंजे भागलं.''

बजाबाला एकदम तिडीकच आली. तो काही बोललाच नाही. त्यानं राग आवरला; पण त्या दोघांनी ही महत्त्वपूर्ण बातमी दिल्याबद्दल बजाबाने त्यांचे मन:पूर्वक आभार मानले. मग मात्र तो तिथं थांबलाच नाही. उठला तो चार कोरे कागद घेऊन थेट ठाण्यावरच गेला. तिथे बसला. ठाणे अंमलदार बजाबाला बघून हसले. गडबडीने उठत म्हणाले, ''वा वा बजाबा... तपास चालू है बरं का. कालच खंडूला पिंपळगावला धाडलंय. तो पोरगा तिथंच आहे. कुणातरी पावण्याकडं राहातोय, असा रिपोर्ट आहे. खंडू आला की, आमी येतोच सकाळी हाटेलात. तुमी काळजी करू नका. काय झालं ते सांगतो मागनं.''

बजाबा शांतपणे त्यांच्यासमोर बसला. मग तितक्याच शांतपणे म्हणाला, ''तेच सांगायला आलो होतो...''

''म्हंजे?''

''माल सापडला समदा. दुसरीकडं ठेवला होता घरच्या माणसांनी. अहो, चोरी झालीच नाही. हे कागद. घ्या लिहून अन् मोकळं करा मला!!''

भोकरवाडीतील 'गावगुंडी'

वर्तमानपत्रात एकापेक्षा एक वाईट बातम्या होत्या. पंजाबात दहशतवाद्यांनी निरपराध लोकांना विनाकारण ठार मारले होते. बंगालमध्ये नक्षलवादी लोकांनी अनेकांची हत्या केली होती. बिहारमध्ये एक कुटुंबच्या कुटुंब कुणीतरी गारद केले होते. गुजरातमध्ये मिरवणुकीतून दंगल उद्भवली होती आणि त्यात अनेकजण घायाळ झाले होते. महाराष्ट्रात कुठेतरी एक बस नदीत कोसळली होती आणि त्या अपघातातही अनेकांचे बळी गेलेले होते. त्याशिवाय इतर बातम्याही फारशा चांगल्या नव्हत्या. संप, मोर्चे, हरताळ, सासूने सुनेला जिवंत जाळले... रोजच अशा बातम्या. त्यावर चर्चा करणार तरी किती आणि कशी?

गणामास्तरच्या कट्ट्यावर संपूर्ण शांतता होती. कुणी काही बोलत नव्हते. गणामास्तरने सर्व वर्तमानपत्र वाचून संपवले होते. आता तो मनातल्या मनात सिनेमा-नाटकांच्या जाहिराती वाचीत होता. बाबू पैलवान आपल्या सुटलेल्या पोटाकडे कुतूहलाने पाहत होता आणि काहीतरी पुटपुटत विचार करीत होता. रामा खरातने एकामागून एक तीन बिड्या संपवल्या होत्या आणि त्याची तीन थोटके क्रिकेटच्या स्टंप्ससारखी भुईवर जुळवून ठेवली होती आणि आता चौथी बिडी बाहेर काढावी का नाही, यासंबंधी त्याचा निर्णय होत नव्हता. एकदा त्याने बंडलातील एक बिडी म्यानातून तलवार उपसावी तशी उपसलीही; पण ती न ओढता तशीच काडेपेटीवर आडवी ठेवून दिली. शिवा जमदाड्याचे त्याकडे लक्ष नव्हते. गणामास्तरचे वाचन संपल्यावर तो आता कशाचा विचार करावा, याचा विचार करीत होता. मध्येच त्याला एकादशी जवळ आली, याची आठवण झाली. या एकादशीला फराळासाठी काय नवीन आणावे, याचा विचार त्याच्या मनात एकदम आला आणि त्यातच तो गुंग होऊन गेला. भगर, रताळी, शेंगदाणे हे तर झालेच, शिवाय गावात आता साबुदाणा मिळू लागला आहे असेही कुणीतरी परवाच म्हणाले. तो आणावा. केळीपण आणावीत...

जो तो आपल्या नादात होता. सगळीकडे शांतता होती. कट्ट्यावरची कंपनी एखाद्या पुतळ्यासारखी एका जागी गप्प बसून होती. कसली हालचाल नव्हती. त्यामुळे आज गंमत येत नव्हती. रात्र वाढली होती. कट्ट्यावर विजेच्या खांबावरील

दिव्याचा क्षीण उजेड पडला होता. दूरवर बाकीचे दिवे लुकलुकत होते आणि अंधार दाखवीत होते. गार वारा सुटला होता. मधूनमधून एखादी झुळूक अंगापर्यंत येऊन भिडत होती आणि बरे वाटत होते; पण तरी गंमत येत नव्हती एवढे खरे! आता उठावे आणि हळूहळू घराकडे सुटावे, असे मनात येऊ लागले होते. तेवढ्यात नाना चेंगट घाईघाईने एकदम अंधारातून उगवला आणि कट्टा चढून वर येऊन बसला. बसल्यावर मग त्याने आपल्या शेजारी कोण आहे, हे पाहिले, तेव्हा तो एकदम बिचकलाच. बाबूच आपल्याजवळ बसला आहे आणि तो आपल्याकडेच संशयाने पाहतो आहे, हे त्याच्या ध्यानात आले. उगीच आल्या आल्या भांडणतंटा नको, म्हणून तो तोंड उघडून हसला, ''रामराम बाबूराव -''

बाबू गंभीर मुद्रेने त्याच्याकडे पाहात गुरगुरला, ''आज लेट का आला रं चेंगट्या तू? हितं आमी तुझी वाट बगून बगून मेलो. घरी जायचा टैम झाला. आन् आत्ता उगीवलास व्हय रे?''

गणामास्तर समजुतीच्या सुरात बोलला, ''आरं, घरात काय काम निघालं आसंल. काम निघाल्यावर काय करतो मानूस?''

''चेंगट्याला? आन् काम? गावात बोंबलत हिंडायचं एवढंच काम ठावं है त्याला.''

चेंगट पुन्हा कसनुसा हसला.

''तसं नसतं, बाबू. काम केल्याबिगर कोन तुकडा घालणार आपल्याला? आमची भावजय म्हंजे साधं काम है व्हय? लै छपरी बाई है -''

''लेका, साळा शिकला आसतास, तर झकास काम झालं नसतं? आता मी दोन यत्ता का हुईना, पण शिकलो का न्हाई? आन् तू - ?''

''मी चौथी नापास है बाबूराव -'' चेंगटाने खुलासा करायचा प्रयत्न केला.

मग बाबूच्या ध्यानात आले की, दोन यत्तांपेक्षा चौथी नापास म्हणजे जरा जास्तीचेच शिक्षण आहे. त्यामुळे तो जास्तच चिडला. ''नापासाचं काय कवतिक रे?'' असे म्हणून त्याने चेहरा जरा हिंस्र केला. त्याबरोबर नानाने चपळाईने बूड सरकवले आणि तो गणामास्तराच्या जवळ जाऊन पोहोचला. मग लांबूनच म्हणाला, ''बाबू, आपल्या शाळेतील गंमत कळली का?''

गंमत म्हटल्यावर सगळ्यांच्या मुद्रा एकदम बदलल्या. हां, आत्ता बैठकीत काहीतरी जीव आला. गणामास्तरने वर्तमानपत्र बाजूला टाकले. शिवाचे फराळातले लक्ष उडाले. रामाने चौथी बिडी पुन्हा उचलली. ती चांगली शिलगावली आणि धुराचे एक-दोन लोट सोडले. चेहरा थोडा हसरा केला.

बाबूचीही रागीट मुद्रा एकदम सौम्य झाली. त्याने आपले बारीक डोळे विस्फारले.

''कसली गंमत?''

''आपल्या इथल्या शाळंत -''

''हां -''

''एक का दोन मास्तर हैत का न्हाईत?''

''आसतील. फुडं?''

''आसतील न्हवं, हैतच.''

''मग मी काय न्हाई म्हनलो का?'' बाबूने पुन्हा मुद्रा रागीट केली.

गणामास्तर घाईघाईने म्हणाला, ''बरं, पण पुढं काय?''

''त्यो हेडमास्तर है ना, टक्कलवाला - त्यो मला म्हनत हुता - आता वर्ग वाढल्यात. आनखी एक मास्तर आमी जादा मागिवलाय.''

रामा खराताला एकदम हसू फुटले. इतके की, त्याचे हसणे आणि तोंडातला धूर यांचा गोंधळ होऊन त्याला चांगलाच ठसका लागला. खोकता खोकता तो म्हणाला, ''मागिवलाय? मास्तर काय पोस्टानं येत आसतो व्हय रं? काय लेका चेंगट्या तू बोलतोस किनई एकेक!''

चेंगट रागावला.

''आता! त्यो हेडमास्तर जे बोलला, ते मी आपलं सांगितलं. कसा मागिवलाय मला तरी काय ठावं -''

''बरं, फुडं बोल.''

''तर त्यो तिसरा मास्तर आज येनार, म्हणून मी बगायला गेलो हुतो -''

''हात्तिच्या! एवढंच व्हय? आता मास्तराला काय बगायचं आसतं रे? मास्तरासारखा मास्तर.''

चेंगटाचे डोळे एकदम लकाकले.

''मग तीच तर मज्जा!''

''म्हंजे मास्तर आलाच न्हाई म्हन की -''

''आला की, पण मास्तर न्हवं.''

''मास्तर न्हवं? मग काय हजाम आला व्हय रं?'' रामा त्रासला.

''तसं न्हवं -''

आता मात्र बाबूला राहवेना. दातओठ खाऊन तो ओरडला, ''लागलास का तू पाघूळ लावायला, चेंगट्या? आता धड बोलतूस का देऊ एक जोरदार टिंबा ठेवून?

चेंगट एकदम नरमाईचा सूर काढून म्हणाला, ''तू ऐक तर बाबू नीट. ह्यो तिसरा मास्तर येनार हुता ना, त्यो आला आज. पन गंमत काय झाली, त्यो मास्तर न्हवं - आसंच ना?'' रामा एकदम फिस्कन हसला. बाबू तर घाईघाईने उठलाच.

मग मात्र चेंगट घाईघाईने म्हणाला, ''मास्तर न्हवं - म्हंजे - मास्तरीणबाई आलीया -''

''आं?'' सगळ्यांनी एकदम आश्चर्यचकित मुद्रा केली.

''मास्तरीणबाई आलीय?''

''व्हय.''

''तू सोता डोळ्यांनी बगितलंस?''

''तर! ती बाई यष्टीतनं उतरली. शाळंत जाऊन हेडमास्तरला भेटली. वर्गावर गेली. तिनं शिकीवलं पोरांना कायबाय - इथंपत्तुर मी बगून आलो -''

भोकरवाडीच्या शाळेत आतापर्यंत होते ते मास्तर होते. त्यांना 'गुर्जी' म्हणून हाक मारीत. हे गुरुजी एक-दोन वर्षांत बदलून जात. त्यांच्याऐवजी दुसरे गुरुजी येत; पण मास्तरीणबाई ही गोष्ट अगदी नवीन होती. आतापर्यंत गावात मास्तरीणबाई ही चीज कधीच आलेली नव्हती. चेंगटाने आणलेली बातमी महत्त्वाची होती. तिच्यावर चर्चा होणे अगदी स्वाभाविकच होते. या चर्चेस उत्तर म्हणून चेंगटाने जी माहिती सांगितली, ती सर्वांनीच मोठ्या उत्सुकतेने ऐकून घेतली. ही जी कुणी बाई गावात आली होती, ती चांगली तरुण होती. दिसायलाही तशी वाईट नव्हती. तिच्या डोक्यावर पदर होता. ती हेडमास्तरशी काय काय बोलली, हे जरी समग्र अजून समजलेले नसले, तरी ती बाई चौकशी करीत होती, एवढे समजले आहे. ह्यावरून ती बहुधा भोकरवाडीत राहावयास येणार असावी. नुकतीच ती आली आहे. यावरून आता ती दोन-तीन वर्षे तरी इथं राहणार, असा रंग दिसतो. सध्या ती ओळखीच्या कुणाकडे जरी राहिली असली, तरी लौकरच स्वतंत्र बिऱ्हाड करणार, यात काही शंका नाही. तशी ती पोरसवदाच आहे, बहुधा तिचे लग्न अद्यापि झालेले नसावे.

चेंगटाने पुरवलेली ही माहिती ऐकल्यावर थोडा वेळ कट्ट्यावर उगीचच शांतता झाली.

मग गणामास्तर मान हलवून म्हणाला, ''आता जिकडं-तिकडं शाळा वाढल्यात. मग मास्तरणींची संख्यापण वाढणारच! आपल्याकडं हे पहिल्यांदा घडतंय, पण तसं ह्यात नवं काई न्हाई.''

बाबूनेपण मान हलवून संमती दिली.

''हे खरं है, गणामास्तर. बायामाणसं आता शाळेच्या नोकरीत लै घुसल्यात. मी परवा जिल्ह्याच्या गावाला गेलो हुतो ना -''

''कवा रे? कुस्त्यांची दंगल बगाय गेल्तास तवा? मग ही सा म्हैन्यामागची गोस्ट -'' शिवानं मध्येच तोंड घातले.

''हां, तवाच. तर तिथं साळा सुटली सांजच्या टेमाला आन् मास्तरणींचा एक पुठ्ठाच्या पुठ्ठा भाईर पडला एकदम -''

गणामास्तराची मुद्रा मात्र गंभीरच होती.

''त्यांना मास्तरीणबाई न्हाई म्हनायचं, बाबू. शिक्षिका आसं त्यांना म्हनत्यात.''

''शिक्षिका?''

''हां.''

''चालंल, काई हरकत न्हाई!''

''ह्या शिक्षिका आता खेड्यापाड्यापत्तूर चालल्यात. कुटं कुटं एकट्या राहत्यात. गाव चांगलं आसलं तर बरं है. न्हाईतर त्यांना जिवाच्या करारावरच ऱ्हावं लागतं तिथं. कवा काय परसंग यील त्यांच्यावर, काई सांगता येत न्हाई. पेपरमधनं वाचून दाखवलं हुतं का न्हाई.''

गणामास्तराने आपला मुद्दा सर्वांना नीट समजावून सांगितला. सध्या अनेक तरण्याताठ्या मुली नर्स किंवा शिक्षिका म्हणून काम करतात. कुठेकुठे त्यांना एकट्यांनाच राहावे लागते. प्रत्येक गावात चार वाईट माणसे असतातच. त्यांचा अशा तरण्याताठ्या मुलींवर डोळा असतो. हे लोक या बायकांना कसा त्रास देतील आणि त्यांच्यावर काय प्रसंग आणतील, हे सांगता येत नाही. ह्या बायका बिचाऱ्या पोटापाण्यासाठी हे सगळे सहन करतात. बिचाऱ्या काही बोलूही शकत नाहीत. आता ही बाई आपल्या गावात रहायला आली, म्हणजे एक काळजीच उत्पन्न झाली म्हणानात! गावात चार टगे आहेतच. त्यांनी तिच्यावर असा काही प्रसंग आणला तर? कोण तिचे रक्षण करणार? तिने आधाराला कुणाच्या तोंडाकडे पाहायचे?

गणामास्तरने बोलून दाखवलेली शंका अगदी रास्तच होती. वातावरण एकदम गंभीर झाले.

बाबूचे डोळे मात्र लकाकले.

''गणामास्तर, आपण हौत ना? मग का काळजी करतीस म्हणावं. तिला उद्याच भेटून सांगू का?''

''काय म्हणून?''

''तसं काय वाटलं तर आमी हौत म्हणून सांगू का? म्हंजे ती बिनघोर राहील.''

चेंगट पुढे सरकत उत्साहाने म्हणाला, ''मी तर ह्या बाईला आजच सांगणार हुतो.''

''काय म्हणून?''

''आमचा बाबू पैलवान आहे, तंवर भ्याचं काय कारन न्हाई म्हणून; पण म्हनलं, आधी हितं सांगावं, मग तिला बोलावं.''

''वा चेंगट, हे काम चांगलं केलंस.'' बाबू खूश झाला. त्याच्या नेहमीच्या स्वभावानुसार त्याने लगेचच ह्या कामाला सुरुवातही केली असती; पण गणामास्तराने त्याच्या उत्साहाला बांध घातला. 'ती शिक्षिका इथं येऊन राहू दे. चार दिवस तिला काम करू दे. तसं काही होईल, असं वाटलं, तर आपण तिला धीर देऊ. तोपर्यंत जरा

थांबावं,' असे त्याचे म्हणणे पडले आणि त्याविरुद्ध काय बोलावे, हे कुणालाच न कळल्यामुळे सर्वांनीच ते म्हणणे मान्य करून टाकले.

यावर चार-आठ दिवस गेले.

ती नवी शिक्षिका कामावर रुजू झाली. तिचे काम सुरळीत चालू झाले. तिने आनशीच्या वाड्यात एक खोली भाड्याने घेतली आणि ती एकटीच तेथे राहते, हेही सर्वांना ठाऊक झाले; पण तिचे सगळे काही सरळसूत होते. शाळा आणि घर या पलीकडे तिचा दुसरा काही कार्यक्रम नव्हता. त्यामुळे गावात नवे काही घडलेच नाही.

या चार-आठ दिवसांत बाबूने एक गोष्ट मात्र कटाक्षाने केली. भेटलेल्या प्रत्येक माणसाला त्याने या नव्या आलेल्या शिक्षिकेबद्दल सांगून टाकले.

''तुम्हाला कळलं नसंल? का कळलं?''

तो भेटणारा मनुष्य आश्चर्याने विचारी, ''कशाबद्दल?''

''आपल्या गावात नव्या मास्तरीणबाई आल्यात -''

''बरं मग?''

''तरणीताठी बाई है. एकटीच ऱ्हातीया. माजं लक्ष आहे. जर कुणी तिच्या वाटंला गेलं तर बगा - टांगच मोडीन.''

''अरे, पन आमी कशाला तिच्या वाटंला जातोय!''

''न्हाई, आपलं एक सांगून ठिवतो.''

या संभाषणाचा परिणाम एवढाच झाली की, गावातील प्रत्येकाला कळले, की गावातील शाळेत एक शिक्षिका आली आहे. ती चांगली तरणीताठी असून बहुधा तिचे लग्न व्हावयाचे आहे आणि बाबूचे तिच्याकडे लक्ष आहे. त्यामुळे गावातील मंडळींचे कुतूहल वाढले. बाबू पैलवान एवढे बोलतो, त्या अर्थी त्या बाईत काहीतरी विशेष असले पाहिजे, असे अनेकांना वाटले. जाता-येता लोक तिच्याकडे टवकारून पाहू लागले. बोटे दाखवून तिच्याबद्दल काहीतरी कुजबुजू लागले.

दरम्यान नाना चेंगटाने तिच्याबद्दल आणखी काही माहिती गोळा केली होती. या नव्या शिक्षिकेचे नाव शांताबाई असून तिला शाळेत देशमुखबाई म्हणतात. यावरून तिचे आडनाव देशमुख असावे, ही महत्त्वाची माहिती त्याने काढून आणली होती.

तालुक्याच्या गावी तिचे घर आहे. घरी आईवडील, भाऊ असा सगळा बारदाना आहे. शनिवार-रविवार ती घरी जाते आणि सोमवारी सकाळी परत इथे शाळेला येते. सध्या ती एकटीच राहत असली, तरी लवकरच घरचे कुणीतरी तिच्या सोबतीला येणार आहे, ही गुप्त माहिती तर त्याने आनशीचा वशिला लावून फार प्रयासाने मिळवून आणली होती.

बाबूच्या घरी जाऊन चेंगटाने ही सर्व माहिती मोठ्या उत्साहाने बाबूला सांगितली. मग तो बाबूच्या कानाशी लागून म्हणाला, ''एक गोष्ट कळली का बाबू तुला?''

''कसली? लवकर सांग हां चेंगटा तू. न्हाईतर लै मार खाशील बग माज्या हातचा.''

''ही बाई चालली ना साळंला, लोक तिच्याकडं वळूनवळून बगत्यात रे -''

''आसं?''

''तर! काय सांगतोय मग मी?... काहीकाही जण तर साळंत जाऊन तिला बघून येतेत.''

''अरे भडव्यांनो -'' बाबू एकदम खवळला. ''तरी मला वाटलंच! ह्या बाईला काई सरळ ऱ्हाऊ द्यायचे न्हाईत गावातले लोक.''

''मग आपून काय करायचं?''

''काय करायचं म्हंजे? आपुन तिच्या पाटीशी ऱ्हायाचं.''

''ते कसं?''

बाबूने थोडा वेळ विचार केला आणि मग सगळी योजना त्याने नानाला समजावून सांगितली. बाईला दिवसा तशी काही भीती नाही, पण रात्रीची वेळ धोक्याची आहे. त्यातून ती एकटी राहते. गावातला एखादा टग्या दारू पिऊन घुसला एकदम तिच्या घरात तर मग? त्याने काही वेडावाकडा प्रसंग तिच्यावर आणला तर? म्हणून रात्रीच्या वेळी आपण दोघांनी तिच्या घरावर लक्ष ठेवायचे. चार-दोन वेळा घरावरून चक्कर मारायची. काही वेडावाकडा प्रकार नाही ना, याची खात्री करून घ्यायची. एखाद्या वेळी बाईची किंकाळी ऐकू आलीच, तर सावध राहायचे. बेलाशक तिच्या घरात घुसून तो जो कुणी नराधम असेल त्याला बेदम चोप द्यायचा. एकदा जरी हा प्रकार घडला, तरी गावातल्या लोकांना दहशत बसेल. मग कुणी तिच्या वाटेला जाणार नाही. आपले काम संपले.

बाबूची ही गस्त घालण्याची कल्पना नानाला पटली. आनशीच्या घरातच एक बाजूची खोली घेऊन ही देशमुखबाई राहत होती. त्यामुळे आनशीच्या घराभोवतीही गस्त घालावी लागणार होती. आनशीचीही त्यामुळे गाठ पडेल, या कल्पनेनेच नानाला गुदगुल्या झाल्या. त्याने ही गोष्ट एकदम कबूल करून टाकली. गणामास्तर आणि बाकीची कंपनी यांना ही गोष्ट कदाचित आवडणार नाही, म्हणून त्यांना ही गोष्ट अजिबात कळवायची नाही, असेही ठरले.

त्याप्रमाणे दोघांचाही हा नवीन उद्योग सुरू झाला.

शांताबाई देशमुख या शिक्षिकेला या गोष्टीची अर्थातच काही कल्पना नव्हती. ती आपली मान खाली घालून शाळेत जात होती आणि मान खाली घालूनच परत येत होती. गावातले लोक एवढे टवकारून आपल्याकडे का पाहतात, हे तिला कळत

नव्हते; पण हे खेडेगाव आहे, थोडेफार असे चालायचेच, अशी कल्पना करून तिने तिकडे फारसे लक्ष दिले नव्हते. काही काही मंडळी निरनिराळ्या निमित्ताने शाळेत डोकावून जातात आणि आपल्याकडे बारकाईने पाहतात, हेही तिच्या लक्षात आले होते; पण तरीही तिने धीर सोडला नव्हता. पण अलीकडे आणखी एक गोष्ट तिच्या ध्यानात आली होती. रात्रीच्या वेळी आपल्या घराच्या जवळपास कुणीतरी घुटमळत असते, हे तिला समजले होते. त्यामुळे मात्र ती मनातून घाबरून गेली होती. एकदा तर कुणीतरी जाडजूड पैलवानासारखा एक माणूस खिडकीतून डोकावताना तिला दिसला होता. तेव्हापासून तर ती हादरलीच होती. कुणीकडून आपण या गावात आलो, असे तिला होऊन गेले होते.

आणि मग एका रात्री फारच कठीण प्रसंग तिच्यावर ओढवला.

रात्रीची आठ-नऊची वेळ असेल, बाहेर सगळीकडे सामसूम झाले होते. जेवणखाण आटोपून शांताबाईने उष्टीखरकटी काढली, आवराआवर केली. मग अंथरुणावर पडल्यापडल्या तिने शाळेतले कुठले तरी एक पुस्तक डोळ्यांसमोर धरले. चार-दोन पाने वाचली. डोळे मिटू लागले, म्हणून तिने कंदील बारीक केला. डोळे मिटले.

तेवढ्यात धप्‌कन असा मोठा आवाज झाला. काहीतरी खोलीत पडले. कसली तरी हालचाल झाली.

शांताबाई एकदम दचकली. नकळत तिच्या तोंडून एक अस्फुट किंकाळी बाहेर पडली. तिने कंदील मोठा केला. बघितले तो एक गलेलठ्ठ मांजर. बहुधा वरच्या खिडकीतून त्याने उडी मारली असावी. तिला थोडेसे हायसे वाटले. शुकशुक करून तिने त्याला हाकलल्यासारखे केले. मग त्याला घालवण्यासाठी तिने दाराची कडी काढून दार उघडले. मांजर बाहेर सटकले, पण तेवढ्यात एक फाटका माणूस दारातून एकदम आत आला, अजिजीच्या सुरात म्हणाला, ''काय झालं मास्तरीणबाई, कोन शिरलं का तुमच्या घरात? समदं शिस्तीत सांगा. आजाबात घाबरू नका.''

शांताबाई आता मात्र भेदरून गेली.

''त - तुम्ही कोण?''

''मी? नाना -''

''कोण नाना?''

''चेंगट हो.''

एवढे बोलून होईपर्यंत वाड्यातील बिऱ्हाडे जागी झाली होती. चार-दोन लोक बाहेर गोळा झाले होते. नाना चेंगट ह्या वेळेला या मास्तरीणबाईंच्या खोलीत कशासाठी

शिरला आहे, हे त्यांच्या ध्यानात येत नव्हते. तेवढ्यात आनशीपण खरकट्या हाताने तशीच बाहेर आली. नानाला पाहिल्यावर तिचा पारा एकदम चढलाच.

''का रं मुडद्या, तू ह्या बिगरटायमाला हितं कशापाई आलास?''

गर्दीतला एक जण म्हणाला, ''एकदम ही बाई वराडली. म्हून म्हनलं काय झालं बगावं. बघतोय तर ही मूर्ती दारात हुभी.''

''तुला काई लाज, शरम हाय का न्हाई? एकदम बाईच्या घरात शिरलास?''

एवढे बोलून दुसऱ्याने नानाच्या पाठीत एकदम एक गुद्दाच चढवला. त्याबरोबर सिग्नल मिळाल्याप्रमाणे सर्व जण नानाच्या अंगावर धावून गेले. ''अहो, मी न्हाई... मी त्यासाठी न्हाई हिथं आलो.'' असे नाना म्हणतो आहे, तोपर्यंत प्रत्येकाने त्याला यथेच्छ प्रसाद दिलाच. नानाने आणखीही मार खाल्ला असता; पण तेवढ्यात बाबू पैलवान तिथे येऊन पोहोचला. त्यामुळे नानाची सुटका झाली. गर्दीचीही पांगापांग झाली.

बाबू म्हणाला, ''बाई, तुमी अजिबात घाबरू नका. आमी हैत ना गावात. तुमी नुसती हाक मारा. आमी आलोच म्हणून समजा.''

आनशी नानाकडे हात करून म्हणाली, ''ह्योच ह्योच मुडदा घुसला हुता हिच्या घरात, बाबू.''

बाबू एकदम संतापून म्हणाला, ''व्हय रे? तुला मी नुस्ती नजर ठिव म्हणून सांगितलं हुतं ना? का घरात घूस म्हणून सांगितलं हुतं? लै आगाऊ जात है बाबा ही.''

''आता तूच जरा बग ह्याच्याकडं,'' आनशी म्हणाली, ''म्हंजे पुन्हा आसला चावटपणा करणार न्हाई.''

हे ऐकल्यावर नानाने तिथून एकदम धूम ठोकली. बाबूही त्याच्यापाठोपाठ धावत गेला.

शांताबाई आनशीला म्हणाली, ''कोन गं ह्यो जाड्या?''

''बाबू पैलवान म्हनत्यात त्याला.''

''ह्योच एकदा रातच्या टैमाला खिडकीतनं आत बघताना दिसला मला.''

''आगं बया! बाबू आता हे धंदे कराया लागला का? त्यो आन् त्यो मुडदा चेंगट - जोडीच है बग दोघांची. म्हणूनच हितं दोघं आलते का काय दोडा?''

शांताबाई आता मात्र घाबरून गेली. कुठून आपण ह्या भोकरवाडीत आलो, असे पुन्हा एकदा तिला वाटून गेले. आल्या आल्या चार-आठ दिवसांत जर हा एवढा गोंधळ सुरू झाला, तर पुढे आपले कसे होणार? इथे राहणे काही सुरक्षित नाही. काय करावे बरे? तिला काही सुचेना.

त्यानंतर आठ दिवसांचीच गोष्ट.

कंपनीची बैठक नेहमीप्रमाणेच भरली होती. गणामास्तराला एकदम आठवण झाली. तो म्हणाला, ''अरे, तुम्हाला कळलं का?''

सगळ्यांच्या मुद्रेवर एकदम उत्सुकता पसरली. बाबू आरामशीर आडवा पडला होता. तोही अर्धवट उठून बसला.

''काय - काय झालं?''

''ती नवी आलेली शिक्षिका.''

''तिचं काय?''

''ती रजेवर गेली म्हणं.''

''आसं? कोण म्हणतं?''

''हेडमास्तर सांगत हुता. हितं लै गावगुंडी चाललीय. मला फार तरास हुयाला लागलाय - म्हणून रजेवर गेली. आता परगावी बदली करून घेणार है म्हणं - शेजारच्या चिलाच्या वाडीला -''

बाबूचे डोळे एकदम चमकले. तो ताठ उठून बसला. त्याने चेंगटाच्या मांडीवर बुक्कीच मारली.

''आता तुला पटलं ना, चेंगट्या? मास्तरीणबाईला गाव ताप देणार - ठावंच हुतं मला. म्हणून तर मी आन् चेंगट्यानं पाळत ठेवली हुती तिच्या घरावर. कुणीतरी घरात घुसलं आसंल. काय तरी अतिप्रसंग केला आसणार. म्हणून रजेवर गेली. बरं झालं गेली.''

सगळी मंडळी गप्प बसून ऐकत होती. बाबूने एकदा ताठ मानेने सगळ्यांकडे पाहिले. मग तो हळूच म्हणाला, ''चिलाच्या वाडीला आपलं पाव्हणं हैतच की, मधनंमधनं मी जात जाईन तिथं. म्हंजे तिथंबी तिला गावगुंडीचा ताप व्हायला नको.''

रस्त्यावरील भुताटकी

जुन्या पेठेतून नव्या पेठेकडे जाणारा जो रस्ता होता, त्याच्या वळणावरच एक भले मोठे चिंचेचे झाड होते. हे झाड भुताटकीसाठी प्रसिद्ध होते. रात्रीच्या वेळी वाऱ्याने त्याच्या फांद्या हलू लागल्या की, बघणाऱ्याच्या छातीत धसकाच बसत असे. या झाडावर एका पठाणाचे भूत बसलेले असते, असे जाणकार मंडळी सांगत. अमावास्येच्या दिवशी रात्री-अपरात्री कुणीही या झाडाजवळून चालले की, हा पठाण त्याला आपला हिसका दाखविल्याशिवाय सोडत नसे, असेही कुणाकुणाच्या बोलण्यात येई. एका पैलवानाला त्याने चांगले घोळसले होते आणि धोबीपछाड करून आपटले होते. एका तरण्याताठ्या बाईला तर त्याने झाडावरच बसवले होते आणि तिची दातखिळी बसवली होती. कुणाला तिथे काय दिसेल आणि काय होईल, याचा नेमच नव्हता. रात्रीच्या वेळी माणसे जरा जपूनच त्या झाडाजवळून जात.

रात्रीचा दीड-दोनचा सुमार. सगळीकडे अगदी गडीगुप्प झाले होते. शेवटचा सिनेमाचा खेळ सुटूनही बराच वेळ झाला होता. तीही गर्दी ओसरली होती. रस्ते अगदी ओस पडले होते. कसलाही आवाज येत नव्हता. अगदी लांबवर कुठेतरी कुत्र्याची भुकभुक ऐकू येत होती, तेवढाच शांततेचा भंग. गार वारे सुटले होते. झाडांची मध्येच सळसळ ऐकू येत होती. ते चिंचेचे झाडही मधूनमधून हलत होते. सगळे गावच झोपी गेले होते. नारायण आणि बापू रात्रीच्या गस्तीसाठी म्हणून दंडुके घेऊन बाहेर पडले होते.

नारायण आणि बापू ही पोलिसांची खिलारी जोडी प्रसिद्ध होती. नारायण टंगाळ्या आणि एका डोळ्याने थोडा काणा होता. बापू थोडा बुटका आणि अंगाने फाटका होता. चालताना दोघेही वेगवेगळ्या दिशेला झुकत चालत. नारबा डावीकडे तर हा उजवीकडे. त्यामुळे ही जोडी बरोबरीने चालली, की फार विनोदी दिसायची. एरवी दोघांचीही चाल झपझप असायची, पण आज मात्र बापूचे पाय अडखळत होते. एरवी नारायण उंटासारखा तिरपा चालायचा, पण आज तोही हत्तीसारखा सरळ चालत होता.

मध्येच बापूचा पाय एकदम घसरला आणि तो जवळजवळ कोलमडलाच. खाली पडतापडता नारायणने त्याला धरून ठेवले म्हणून बरे. नाहीतर तो भुईशी

समांतर होण्याच्याच बेतात होता. बापूचे बकोट धरून नारायणने त्याला पुन्हा सरळ केले, मग त्याच्या टाळक्यावर दंडुक्याने एक टोला हाणला.

''बाप्या, नीट चाल लेका. एवढीशी छटाकभर पेला नाहीस, तर गळाठलास? सरळ चाल. न्हाईतर यील कुणीतरी आन् पोलीसच बेवडा पिऊन पडलाय, म्हणून बोंब मारील.''

कपड्याला खालची माती लागल्याप्रमाणे ड्रेस दोन्ही हातांनी झटकीत बापू डोळे ताणून म्हणाला, ''मला तर नीट दिसतच न्हाई! आपलं चुकलंच, नाऱ्या. डिवटीवर आसताना आपुण प्यायला नको हुती.''

नारायणने त्याची गंभीरपणे समजूत घातली.

''आपण मनानं पेलो का? दोस्तानं पाजली म्हणून पेलो. रोज थोडीच घेतो आपुण. आज योग हुता. नेमानेमाच्या गोष्टी आसत्यात बाबा.''

बापूला हा मुद्दा पटला. त्याने मुंडी हलवली. ''खरं है, कधी नव्हं ते त्या दुकानात आपुण का शिरावं आज? बरं शिरलो ते शिरलो, तिथं तुझा दोस्त का भेटावा? आं? आन् भेटला ते भेटला, त्यानं घ्यायचा आग्रेव का करावा? तूच सांग.''

नारायण म्हणाला, ''आन् त्यानं आग्रेव केला ते केला, आपुण का घ्यावी? बरं, घेतली ती घेतली, इतकी का घ्यावी? समद्या नशिबाच्या गोष्टी हैत बाबा. किती घेतली रं आपुण?''

''एका बाटलीत दोघं - न्हाई दोघांत एक बाटली.''

''पण ह्या थंडीच्या टैमाला उबदार वाटतंय का न्हाई?''

''हां, ते आहे, पण एकदम साहेब आला राऊंडवर आन् बघितलं आपल्याला तर मग? उद्या घरीच बसायचं आपुण.''

''साहेब आज येत न्हाई.''

''का?''

नारायणने त्याला पुन्हा एक सटका दिला.

''इसरलास का? सायबाची बायकू आजच आलीया माहेरास्नं. आज हाणबिगर साहेब भायेर पडत न्हाई. तू बिनघोर रहा.''

नारायणच्या खुलाशाने बापूचे समाधान झाले. खरी गोष्ट आहे. आधी साहेब लोक रात्रीच्या टायमाला तसे बाहेर पडतच नाहीत. त्यातून साहेबाची बायको महिन्याभराच्या मुक्कामानंतर आजच परत आलेली. कशाचा बाहेर पडतोय गडी आज? हे कळले हे बरे झाले. खरोखर बिनघोर काम झाले.

दोघेही हळूहळू पुढे चालू लागले. बापूची अवस्था थोडी झिंगल्यासारखी झालीच होती, पण नारायणलाही जरा गरगरत होते. आपण अधांतरी चालतो आहोत, असे त्याला अधूनमधून वाटत होते. डोके नीट काम करत नव्हते. कुठेतरी जावे आणि

चार-दोन तास झकास ताणून द्यावी. एकमेकांच्या पायात पाय येत होते. समोरचा रस्ता जरा अस्पष्टच दिसत होता. डोळे ताणून पाहावे लागत होते. म्युनिसिपालिटीचे खांबावरले दिवे जीव चालल्याप्रमाणे कसेबसे जळत होते. रस्त्यावर खच्चून अंधार होता. सकाळ होईपर्यंत वेळ कशीबशी निभावून न्यायची झाले. तोपर्यंत काही विपरीत घडले नाही म्हणजे बास!

आता किंचित गारठा सुटला होता. गार वारे अंगाला झोंबत होते. जवळपासची झाडे मध्येच वाऱ्याने सळसळत. वातावरण जरा चमत्कारिकच वाटत होते.

चालताचालता बापूने मध्येच नारायणचा एक हात घट्ट धरला आणि त्याला चिकटून तो चालू लागला. नारायणच्या पायात त्याचा पाय येऊ लागला. नारायणने एकदम त्याचा हात हिसडून टाकला.

''तुझं डोस्कं औट झालंय बाप्या आज. तुला काय बाई वाटलो का मी?''

''न्हाई.''

''मग? का लागलाहेस चिटकायला मला? नीट चाल.''

''तसं न्हवं रे.''

''मग कसं?''

''ते चिंचेचं झाड आलं बघ. तिथे भूत है म्हणत्यात.''

''अरे हाड्! कसलं भूत आन् काय?''

पण हे बोलताना नारायणही जरा बिचकला. होय, आपण पुष्कळ नाही म्हणालो, आन् असली एखादी स्वारी तिथं तर? त्याचा काय नेम? रात्रीचा दोनचा टाईम आहे. आसपासही कुणी नाही. एक बरे आहे. आज अमावास्या वगैरे नाही. त्याने उगीचच उसने अवसान आणले.

''कशावरनं भूत है रे तिथं?''

''काही काही लोक सांगत्यात रे.''

''काय सांगत्यात?''

''एक पठाण मुक्कामाला आसतो म्हनं. कुणाकुणाला हाडळबी दिसली तिथं.''

''नवरा-बायकोची जोडी है काय?'' नारायणला हसू आले.

''कुणाला ठावं! हाडळीचा एकदम कुत्रा झाला. दोन मिंटानी एक रेडाच दिसाय लागला.''

''गाढव हैस, चल पुढं.''

दोघेही आणखी पुढे गेले. खरे म्हणजे आता इथूनच परत फिरावे, असे बापूच्या मनात होते. उगीच विषाची परीक्षा कशाला? पण त्याला बोलून दाखवायचे धाडस झाले नाही. नाही म्हटले, तरी त्या भल्या मोठ्या झाडाकडे त्यांचे लक्ष लागलेच. वाऱ्याने फांद्याच्या फांद्या खालीवर होत होत्या. झाडातून जाणारा वारा विचित्र आवाज

करीत होता. दोघांच्याही छातीत नाही म्हटले तरी धडधड होत होती.

दिव्याचा खांब मागे गेला. रस्त्यावरचा अंधार वाढला. झाड अगदी जवळ आले. आता इथूनच माघारी वळावे, असा विचार नारायणच्याही मनात आला; पण तेवढ्यात तो कशाला तरी जोरात ठेचकाळला आणि एकदम दाण्कन खाली आपटला. कुणाच्या तरी अंगावरच आपटला. चांगलेच लागले.

न राहवून तो ओरडला, ''आगं आई, आई, आई, मेलो मेलो... बाप्या, भडव्या, आपण पडलास ते पडलास. मलाही पाडलंस.''

बापू एकदम भेदरला. आधीच त्याचे डोके हवेत तरंगत होते. नारायणच्या सोबतीने तो कसाबसा चालत होता. आपण पडलो नाही हे नक्की. त्याने स्वत:कडे एकदा निरखून पाहिले. नाही, आपण तर उभेच आहोत. मग हा नाऱ्या असा का ओरडतोय?

नेमके काय झाले हे त्याला पहिल्यांदा नीट कळलेच नाही. मग त्याने डोके हवेतच एक-दोनदा झाडले आणि नारायण पडला होता, तिकडे निरखून पाहिले. डोळे ताणून पाहिले.

आता त्याला नीट दिसले.

कुणीतरी एका दांडगादुंडगा माणूस रस्त्याच्या कडेलाच आडवा पडला होता आणि त्याच्याच अंगावर नारायण सपशेल पालथा पडला होता. पहिल्यांदा त्याला वाटले की, आपण दोघेही एकमेकांत पाय अडखळून खाली आदळलो आहोत; पण पुन्हा दुसऱ्याच क्षणी त्याच्या ध्यानात आले, की आपण उभेच आहोत. नारायण एकटाच पडला आहे आणि त्याच्या अंगाखाली दुसराच कुणीतरी दांडगट माणूस आहे. ते बघितले आणि त्याची बोबडीच वळली. पाय एकदम लटपटले. नेमका या चिंचेच्या झाडाखाली हा प्रकार कसा घडला? त-त -प-प करीत तो तसाच उभा राहिला. त्याला काही सुचेचना. भीतीने त्याचे रक्त एकदम गोठल्यासारखे झाले. लटालटा कापत तो तसाच उभा राहिला.

शेवटी नारायणच धडपडत उठला. खाली पडलेल्या माणसाकडे भेदरलेल्या दृष्टीने बघत तो कसाबसा उठला. त्याच्या तोंडातून शब्दच फुटेना. कसेबसे त्याने बापूकडे पाहिले. बापूला थोडा धीर आला.

''क - काय झालं रे?''

''कुणीतरी पडलाय हितं.''

''प - पठाण तर नसंल?''

''ह्यँ!'' नारायणने त्याच्याकडे रागाने पाहिले.

''हाय कुणीतरी दुसराच! आयला, मेल्यावानी पडलाय. खरंच मुडदा तर नसंल?''

मुडदा म्हटल्यावर बापूच्या पायांनी पुन्हा जोराची हालचाल केली. टाळूला चिकटलेली जीभ त्याने कशीबशी खाली आणली. घाबरट आवाजात तो म्हणाला, ''मुडदा कशाला यील मरायला हितं? कायतरी भुताटकी तर नसंल? पठाणानं कुणाला तरी घोळसलं आसंल.''

''हॅट!'' नारायणने निषेधाच्या सुरात सांगितले, ''भुताटकी कसली आलीय? मुडदाच दिसतोय! कुणीतरी हितं आणून टाकला आसंल. थांब नीट बगतो.''

नारायण रस्त्यातच त्या माणसाजवळ बसला. त्या अंधुक उजेडातच त्याने नीट न्याहाळून बघितले.

तो माणूस रस्त्यावर पूर्णपणे पालथा पडला होता. त्याची कसलीही हालचाल नव्हती. एखादी फाकलेली कात्री पडावी, तसे त्याचे दोन्ही पाय पसरले होते. तोंड रस्त्यातल्या मातीतच खुपसले होते. ते वासलेले असावे. कारण त्या तोंडातून लाल रक्तासारखी गुळणी अर्धवट बाहेर आलेली होती.

नारायणने पुन्हा एकदा नीट तपासणी केली. त्या माणसाच्या जिवंतपणाची कसलीही साक्ष पटत नव्हती. नक्कीच हा माणूस जिवंत नाही. हे प्रेत आहे.

''बाप्या, जरा नाडी बघ रे ह्याची, चालतीय का?''

आपले लटपटणारे पाय सावरीत बापू कसाबसा खाली बसला. त्याचे डोके पार बाद झाले होते. भीतीने त्याचे सगळे अंग आक्रसले होते. त्याने यांत्रिकपणे आपला हात पुढे करून त्या माणसाचा हात धरण्याचा खटाटोप केला. त्या गडबडीत त्याचा हात धरण्याऐवजी नारायणचा दंडुकाच त्याने हातात घेतला. दंडुका अगदी थंडगार होता. त्याची नाडी अजिबात चालत नव्हती. बापूने मान हलवली.

''नाडी न्हाई लागत.''

''न्हाई ना? वाटलंच मला. नक्कीच मुडदा है रे ह्यो.''

नारायणला संशय आला. कुणीतरी खूनबीन करून तर हे प्रेत इथे टाकले नसेल? तोंडातून रक्त आलेले आहे. खात्रीने काहीतरी काळेबेरे आहे. तशी दुसरी काही शक्यताच नाही.

दोघांचीही आता खाड्‌कन पण निम्मी उतरली. दोघेही एकमेकांकडे पाहत गप्प उभे राहिले. आता काय करायचे? रस्त्यावर मुडदा सापडला, म्हणजे काय साधी गोष्ट आहे? कदाचित मर्डरही असेल. ताबडतोब साहेबाला वर्दी दिली पाहिजे; पण आज साहेबाच्या घराकडे जाऊन हाका मारायच्या, म्हणजे धोका आहे. साहेब आपल्यालाच शिव्या घालील. जणू काही आपणच हा खून केला आहे, अशा पद्धतीने शिव्या घालील. साहेब शिव्या मोजण्यात फार नामांकित मनुष्य होता. एकापाठोपाठ एक लाख शिव्या घालील आणि एक शिवी पुन्हा देणार नाही, असा त्याचा लौकिक होता. एरवी तेही करायला हरकत नाही; पण आपण दोघांनीही आज तीर्थप्राशन केले

आहे, त्याचे काय? दोघांच्याही तोंडाचा सुवास साहेबाच्या नाकापर्यंत पोहोचायला असा कितीसा वेळ? मग तर काय, आपली गच्छंतीच! नोकरीवर पाणी सोडून घरीच बसायचे. छे: छे:! कुठून दुर्बुद्धी झाली अन् दोस्ताच्या आग्रहाला मान दिला. बरे, सकाळी सावकाश जाऊन सांगावी बातमी, तर साहेब तिकडूनही बोलेल. एवढी महत्त्वाची गोष्ट आता सांगायला आलात म्हणून खवळणार.

मग आता काय करायचे? परीक्षेचीच वेळ!

पेंगुळलेल्या डोळ्यांना तोंडातलेच पाणी काढून ते लावीत बापूने विचारले, ''आता रे? आता कसं करायचं?''

नारायणचेही डोके जड झालेच होते, पण तरी ते वेगाने काम करू लागले, ''बाप्या, मला एक आयडिया सुचलीय.''

''कसली?''

''हितं आपल्या ठाण्याची हाद्द संपती का न्हाई?''

''संपती की.''

''त्या पलीकडच्या गल्लीपास्नं रोकडोबा पोलीस ठाण्याची हाद्द सुरू होती.''

''बरं मग?''

''ह्यो मुडदा उचलायला आन् त्या हाद्दीत नेऊन ठिवायचा. म्हंजे डोक्याला तापच न्हाई आपल्या.''

बापू एकदम घाबरला. ''आन् कुणी बगितलं म्हंजे?''

''कुणी न्हाई बघत. येतेय कोण मरायला या टैमाला हितं? ...हं, उचल.''

एवढे बोलून नारायणने त्या मुडद्याच्या खांद्याखाली हात घालून ते प्रेत अर्धवट उचललेसुद्धा. बापूला विचार करायला त्याने वेळच दिला नाही. त्यानेही त्या मुडद्याचे दोन्ही पाय उचलले. मुडदा चांगलाच जड होता. दोघांनीही क्षणभर इकडे-तिकडे पाहिले अन् कसाबसा तो उचलला. धापा टाकीत भराभरा त्या पलीकडच्या गल्लीत नेला. दोघेही चांगलेच घामाघूम झाले; पण एकदाची त्यांनी ती गल्ली गाठली कशीबशी. रस्त्याच्या एका कडेला ते धूड ठेवले. मग एकदम धूम ठोकली. पुन्हा आपल्या हद्दीत येईपर्यंत त्यांनी मागे वळूनसुद्धा पाहिले नाही. आपल्या हद्दीत आल्यावर त्यांच्या जिवात जीव आला. दोघांनीही सुटकेचा नि:श्वास सोडला.

दोन्ही हात झटकीत नारायण म्हणाला, ''आता आपुण बिनघोर झालो. आता तो मुडदा आन् रोकडोबा पोलीस ठाण्याचे पोलीस. घेतील बगून एकमेकांना.''

''तिकडं कोण है रे आज गस्तीला?''

''बहुतेक त्यो नकटा विष्ण्या आन् प्रल्हाद आसंल. सालं, मला हेकणा म्हणतेत. बसा बोंबलत आता. हा: हा:... दे टाळी.''

नारायणने हात पुढे केला. बापूनेही खुशीत येऊन हातावर हात मारला. टाळी दिली. मग निवांतपणे त्यांची गस्त पुन्हा सुरू झाली.

रोकडोबा पोलीस ठाण्याचे दोघेही पोलीस नेहमीप्रमाणे रात्रीची राउंड घेत होते. विष्णूच्या हातात एक मोठा टॉर्च होता. प्रल्हादच्या हातात दंडुका होता. तीन वाजायला आले असतील. अगदी अपरात्रच होती. सर्वत्र पूर्णपणे सामसूम होती. रस्ते अगदी निर्मनुष्य होते. चिटपाखरूसुद्धा जागे नसेल. फक्त रातकिड्यांचा किर्र्रर्र आवाज तेवढा कुठून तरी येत होता.

दोघेही मजेत गप्पा मारीत पुढे चालले होते. नाही म्हटले, तरी दोघेही जागरणामुळे आळसावलेले होते. डोळे तारवटल्यासारखे झाले होते. मधूनमधून कडाकडा जांभया येत होत्या. प्रल्हाद तर फारच पेंगुळला होता. म्हणून विष्णूच मधूनमधून काहीतरी बोलणे काढून त्याला 'जागते रहो'चा इशारा देत होता.

''मग काय, प्रल्हाद, उद्या शिकमदी जाणार म्हणतोस?''

प्रल्हाद हसला, त्याचे तोंड लबाड कोल्ह्यासारखे झाले.

''जायलाच पायजे. न जाऊन कसं चालंल? शीकचा रिपोट द्यायचा आन् सायकल घेऊन गावाकडं सुटायचं. मेव्हण्याचं लगीन है, विष्ण्या. मोठा जावई म्हणून काहीतरी मिळंलच ना सासऱ्याकडनं? सोडून चालतंय काय?''

''सोडूच नको. पण शीकची रजा मिळंल?''

''तसं बोलून ठिवलंय साहेबाला. काही काम न्हाई निगालं, तर बगू म्हणालाय.''

''मग हारकत नाही. मलाबी जरा कणकण वाटतील. काई भानगड नसली, उद्या तर मीबी दांडीच मारनार.''

''सायेब लै खवाट है, ठाऊक न्हाई व्हय?''

''हाय ठावं. पन काय नसलं तर जाईल जमून. काईतरी बाईसाहेबांचे काम काढायचं आन् हाफिसातनं फुटायचं. ती ट्रिक कशी करायची हाय ठावं मला.''

''मग जमलं राव.''

बोलता बोलता आणि चालत चालत दोघेही आणखी पुढे गेले, दिव्याचा खांब मागे पडला. रस्त्यावर अंधार दाटू लागला, विष्णूनं टॉर्च लावून इकडे-तिकडे फिरवला आणि तो एकदम दचकला.

''अरे बापरे!''

''काय झालं रे?''

''कुणीतरी पडलंय रस्त्यात. मुडद्यावानी पडलंय.''

''कुठाय?''

''ते काय.''

विष्णूने टॉर्च फिरवून दाखवले. ''मुडदा तर नव्हं?''

''आयला, ही काय भानगड आहे?'' टॉर्चच्या उजेडात आता प्रल्हादलाही स्पष्ट दिसले.

रस्त्याच्या कडेला एक प्रेत पालथे पडले होते. त्याचे तोंड खाली मातीत खुपसलेले होते आणि दोन्ही तंगड्या एखाद्या कात्रीसारख्या फाकलेल्या होत्या. त्याची कसलीही हालचाल नव्हती. तोंड वासलेले असावे. त्या तोंडातून रक्तासारखी एक लाल गुळणी अर्धवट बाहेर आलेली दिसत होती. बहुधा ते रक्तच असावे.

''बापरे! खूनबीन तर नाही?''

दोघांनीही धावतपळत ती जागा गाठली. नीट न्याहाळले. ते प्रेतच होते. काही शंकाच नव्हती. पण तोंडातून बाहेर रक्त? मर्डरची केस तर नसेल? कुणीतरी खून करून प्रेत इथे रस्त्यावर आणून टाकले असेल. मग गुन्हेगार राजरोस पळून गेला असावा. असेच असणार.

''छान!... आता काय करायचं?''

क्षणभर दोघेही एकमेकांकडे पाहत गप्प उभे राहिले.

''सायेबाला वर्दी द्यावी लागणार.''

''म्हंजे आपलं मरण.''

''ते कसं काय?''

''मर्डर असेल, तर सायेब ठनाना करील. आज अजाबात घराकडं फिरकायचं न्हाई, म्हणून ताकीद है त्याची.''

''मग सकाळी द्याची? ''

''समदा इस्कूटच हुणार की.''

''का?''

''मर्डर म्हनल्यावर पंचनामा आला, साक्षीपुरावे आले. दिवसभर दंगा चालणार, मर्दा. खून कुणाचा झाला, कसा झाला, कवा झाला, का झाला?''

''खरी गोष्ट! म्हंजे शीकमधी जायचं काम बोंबललं. आता कसली सायेब रजा देतो?'' प्रल्हाद मटकन खालीच बसला.

''आमची आयडीयाबी न्हाई चालत उद्या.''

प्रल्हादाचे डोके एकदम काम करू लागले. क्षणभर त्याने मुद्रा विचारमग्न केली. मग तो हळूच म्हणाला, ''असं केलं तर, विष्ण्या?''

विष्णूने चेहरा प्रश्नार्थक केला.

''कसं?''

''हितून नवी पेठ पोलीसचौकीची हद्द जवळच है का नाही? पुढचीच गल्ली की...''

''बरं मग?''

''मुडदा सरळ उचलायचा आन् त्या गल्लीत नेऊन ठिवायचा. तिथले पोलीस अन् मुडदा. बघून घेतील. आपण बिनघोर.''

''कुणी बघणार न्हाई ना?'' विष्णूला शंका आली.

''अरे, कोण बघतंय? समदं गाव गपचीप पडलंय. कुणी न्हाई रस्त्यावर. चल उचल.''

विष्णूलाही थंडीतापाने बेजार केले होते. तसाच तो ड्युटीवर आला होता. रजा मागायची सोयच नव्हती. आता ह्या मुडद्याने घोटाळा केला. उद्याचा सबंध दिवस अंग मोडून उभे रहावे लागणार. त्यापेक्षा ही युक्ती बरी आहे. दुसऱ्या पोलीस ठाण्याची हद्द जवळ तर आहे. तिकडे ठेवून दिले हे धूड, म्हणजे निवांत काम. डोक्यास कसलीच कटकट नाही.

दोघांनीही एकमेकांकडे पाहिले आणि मान हलवली. दोन्ही बाजूंनी ते धूड उचलले. भराभर पलीकडच्या गल्लीत नेले. सर्वत्र अगदी शांतच शांत होते. रस्त्यावर एखादे भटके कुत्रेसुद्धा नव्हते. चिंचेचे झाड तेवढे सळसळत होते. पलीकडची एकदोन दुकाने, टपऱ्या बंदच होत्या. सर्वत्र पूर्ण सामसूम होती.

चिंचेच्या त्या झाडाजवळ रस्त्याच्या कडेला त्यांनी ते प्रेत ठेवले. हात झाडले. मग दोघेही भराभर तेथून हलले. झपाझप पावले टाकीत त्यांनी आपली हद्द गाठली. आपल्या ठाण्याच्या हद्दीत आल्यावर त्यांच्या जिवात जीव आला. दोघांचेही चेहरे खुलले.

बळेबळेच विष्णूच्या हातावर टाळी देत प्रल्हाद म्हणाला, ''कशी काढली आयडिया? एकदम बेमालूम काम झालं की न्हाई?''

''एकदम फस्कलास.''

''ही: ही: ही:''

''प्यॅं: प्यॅं: प्यॅं:''

दोघेही मनापासून हसले.

''तिकडं कुणाची राऊंड है रे?''

''तो हेकणा नारायण आन् बाप्या हाडकुळे.''

''मरतेत आता दोघंबी. मरू द्या साल्यांना.''

दोघेही वळले. पुन्हा चालत चालत लांब गेले. दिसेनासे झाले.

तीन-साडेतीन वाजले असतील. थंडी आणखी वाढली होती. गारठा चांगलाच पडला होता. हिंडून हिंडून नारायण आणि बापू कंटाळले होते. बापू तर चांगलाच कुडकुडत होता. चालून चालून नारायणलाही पायाचे तुकडे पडल्यासारखे वाटत

होते. दोघांचीही टाळकी आता जरा ठिकाणावर आली होती.

चालत चालत दोघेही पुन्हा त्याच रत्यावर आले. मघासारखीच सगळीकडे सामसूम होती. अजून कुणाचीही कसलीही हालचाल नव्हती. चिंचेचे झाड तेवढे सळसळत होते. त्याच्या फांद्यांचा आवाज तेवढा कानाला जाणवत होता. दोघेही काही न बोलता यंत्रासारखे पाय पुढे टाकीत चालले होते.

चिंचेचे झाड पुन्हा जवळ आले. दिव्यांचा खांब खूप मागे गेला. रस्त्यावरचा अंधार वाढल्यासारखा झाला आणि नारायण एकदम कशाला तरी जोरात ठेचकाळला आणि धबलदिशी खाली आपटला. पुन्हा एकदा तो केकाटला.

''अगं आई आई... मेलो!...''

बापू एकदम दचकला. इतका वेळ त्याचे लक्ष वर झाडाकडेच होते. रस्त्याकडे नव्हतेच. नारायण एकदम आडवा झाला, हे बघितल्यावर तो एकदम दचकून उभा राहिला. नकळत त्याने रस्त्याकडेच पाहिले.

रस्त्याच्या कडेला एक प्रेत कात्रीसारखे दोन्ही पाय पसरून पडले होते. त्याचे तोंड वासलेले होते आणि नारायण त्यालाच धडकून त्या मुडद्याच्या अंगावर आपटला होता.

बापूची एकदम बोबडीच वळली. त्याचे रक्त एकदम गोठलेच! होय, हाच तो मुडदा. शंकाच नको. मघाशी तर आपण उचलून त्या गल्लीत ठेवला होता, पुन्हा तो कसा इथे आला? आणि मघाशी पडला होता, तसाच पुन्हा इथे कसा?

नारायण कसाबसा उठला. त्याचे सगळे अंग थरथरत होते. त्याचीही बोबडी वळली होती. कशीबशी त्याने हाक मारली, ''बापू.''

बापू लटपटत बोलला, ''त-तोच म-मुडदा. पुन्हा हितं आला.''

''प-पुन्हा हितं कसा आला?''

''मी म्हणलं न्हाई - कायतरी भुताटकी है या झाडापाशी?''

एवढ्यात कुठूनतरी घुबडाचा आवाज आला.

'घुक घुक घुक...'

दोघांनीही एकमेकांकडे भेदरलेल्या नजरेने पाहिले. मग दुसऱ्याच क्षणी दोघेही एकदम पळत सुटले. पळतापळता एकमेकांत धडपडले, खाली आपटले; पण पुन्हा कसेबसे उठून त्यांनी धूम ठोकली. पोलीसचौकी येईपर्यंत त्यांच्या जीवात जीव नव्हता. धापा टाकीत छाती वरखाली करीत ते चौकीपाशी आले, तेव्हा दोघांच्याही तोंडाला फेस आला होता. मोठा सुस्कारा सोडून दोघेही मटकन खाली बसले.

ठाणे अंमलदार म्हणाले, ''अरे, झालं काय तुम्हा दोघांना? एखादं भूत दिसल्यासारखं पळत आलाय दोघंही! आं?''

भूत म्हटल्यावर पुन्हा दोघांची दातखिळी बसली. कसाबसा धीर एकवटून

नारायण म्हणाला, ''खरंच भुताटकी हुती. आमी परत्यक्ष बगीतली.''

पण एकदम त्याने जीभ चावली. आपण काय बघितले आणि काय उद्योग केला, हे पुढे त्याने सांगितले नाही. कशीबशी सारवासारव करून तो गप्प राहिला.

चांगली पहाट झाली. पाच-साडेपाच तरी वाजले असतील. अजून अंधारच होता. झाडावर तेवढी पाखरांची किलबिल सुरू झाली होती. बाकी रस्ता अजून तसा निर्मनुष्यच होता.

मग एकदम चमत्कार घडला!

रस्त्यावर पालथे पडलेले ते प्रेत हळूहळू हालचाल करू लागले. ते बघताबघता उताणे झाले. पहिल्यांदा त्याने पाय झाडले. दोन्ही तंगड्या हवेत खालीवर केल्या. डोळे किलकिले केले. तोंडाने एक जांभई दिली. मग एकदम ते उठून बसले. त्याने आश्चर्याने इकडेतिकडे बघितले. आपण नेमके कोठे आहोत, याचा त्याने शोध घेतला.

मग आपले खिसे चाचपले. स्वत:शीच पुटपुटला, ''साला, बाटली कुठं गेली? पडली वाटतं वाटेत कुठंतरी. जाऊ द्या, मरू द्या.'' असे म्हणून तो उठला. पानतंबाखूने भरलेल्या तोंडाने पुन्हा एकदा त्याने थुंक टाकली. कुतूहलाने इकडे-तिकडे पाहिले. मग डुलतडुलत तो निघाला. पलीकडच्या गल्लीत घुसून दिसेनासा झाला.

भोकरवाडीतील 'वनवास' प्रकरण

गणामास्तरच्या कट्ट्यावर नेहमीप्रमाणे बैठक भरली होती, पण फारशी रंगली नव्हती. रात्रीचे दहा-साडेदहा तरी झाले असावेत. झोप डोळ्यांवर आल्यामुळे बाबू बसल्याबसल्या पेंगत होता. त्याचे डोके पुढे झुकतझुकत मध्येच छाताडापर्यंत खाली जात होते आणि आपटत होते. त्या हिसड्याने तो पुन्हापुन्हा जागा होई. हाताने तोंडातले पाणी काढून डोळ्यांना चोळी आणि ओशाळवाण्या मुद्रेने इतरांच्या तोंडाकडे पाहत राही; पण बाकीच्यांची परिस्थितीही फार वेगळी नव्हती. रामा खरात केवळ बिडीच्या आधारावर जागा होता. तरी मध्येच त्याने एक लहान डुलकी घेतलीच. हातातल्या बिडीचा चांगला चटका बोटांना बसला, तेव्हा गडी सावध झाला. शिवा जमदाडे धोतराचा सोगा तोंडावर घेऊन समाधी लावल्यासारखा गपचीप बसून होता. एखाद्या बाईने घुंगट तोंडावर ओढून घ्यावा, तसा त्याचा अवतार होता. त्यामुळे तो निश्चित जागा असावाच, याची खात्री नव्हती. सगळीकडे पेंगुळलेले आळसट वातावरण होते. गप्पागोष्टी बंदच झाल्या होत्या.

नाही म्हणायला एकटा गणामास्तर तेवढा जागा असावा. त्याच्या डोळ्यांवर चष्मा होता. हातात एक वर्तमानपत्र होते. ते मधूनमधून हलत होते, फडफडत होते. त्यावरून त्याच्या जागेपणाची खूण थोडीशी पटत होती. बाकी एकूण सन्नाटाच होता.

मध्येच बाबूने एकदम तोंडाचा जबडा वासून मोठीच्या मोठी जाडीभरडी जांभई दिली. एवढ्या मोठ्यांदा, की सगळेच दचकले. पेंगणारे तर जागे झालेच, पण जागे असणारेही जास्त जागे झाले.

तोंडात राहिलेला बिडीचा ओला तुकडा थुंकून टाकीत रामा नाराजीच्या सुरात म्हणाला, ''काय बाबू हे? मर्दा, जांभळी म्हनायची का काय ही? आं? एखादं भेद्रट घाबरून भस्सकन मरायचं राव.''

बाबू तिरसटपणे म्हणाला, ''आपली जांभळी आशीच आसती. मेलेलं बी उठून बसंल. चला उठा, कटाळा कटाळा आला.''

शिवा जमदाडे घुंगटाच्या आतनं बोलला, ''त्यो चेंगट न्हाई आला ना. मग कटाळा येनारच बाबूला.''

''त्यो कुठं गेलाय?''

''पोथीला.''

''आजून चालू है? संपली न्हाई?''

एखाद्या घड्याळाकडे पाहावे, तशी अंधारलेल्या आभाळाकडे रामाने नजर टाकली, मुंडी हलवली.

''आता संपली आसंलच.''

गावातल्या विठोबाच्या देवळात रामायणाची पोथी चालू होती. कोणीतरी बुवा आले होते आणि त्यांनी रामायण लावले होते. गावातली मंडळी पोथी ऐकायला जमत होती. राम-रावणाच्या लढाईपर्यंत पोथी आली होती. कट्ट्यावरच्या या मंडळींनीही देवळाकडे मधूनमधून हजेरी लावली होती, पण बुवाचे बोलणे तोंडातल्या तोंडातच फिरायचे. कित्येक वेळा ते नीट ऐकूही यायचे नाही. म्हणून या मंडळींचा उत्साह कमी झाला होता. बाबू पैलवानही पहिल्या-पहिल्यांदा नियमितपणे रोज पोथीला जायचा, पण पुढे पुढे तो जोरात घोरायला लागायचा. त्यामुळे लढाईतले एखादे रणवाद्य वाजत आहे, असेच वातावरण निर्माण व्हायचे. स्वत: बुवांनाही पोथी सांगताना अडखळल्यासारखे व्हायचे. म्हणून लोकाग्रहास्तव बाबूने पोथी ऐकायचे सोडून दिले होते. एकटा नाना चेंगट तेवढा बिनचूक देवळात जायचा. श्रोत्यात फक्त पुरुषमाणसे असली, तरच तो लवकर हलायचा. एरवी शेवटपर्यंत बसायचा. बायामाणसात सुताराची आनशी दिसली, तर त्याला आणखी उशीर व्हायचा.

वर्तमानपत्र बाजूला ठेवून गणामास्तराने चष्मा हातात घेतला.

''पोथी संपली ना? मग यीलच आता त्यो.''

आणि एखादे नाटकातले पात्र जसे अगदी मोक्याच्या वेळी बरोबर प्रवेश करते, तसा चेंगटाने प्रवेश केला. आधी त्याचे सुरकुतलेले मुंडके दिसले. मग तो हप्त्याहप्त्याने सबंध दिसला. कट्ट्यावर चढून त्याने बाबू कुठे बसला आहे, हे पहिल्यांदा नीट बारकाईने पाहिले. मग त्याच्या विरुद्ध दिशेला त्याने बसकण मारली. त्याची मुद्रा काहीतरी सांगण्यासाठी अगदी उतावीळ झाली होती. सगळ्यांकडे एक धावता दृष्टिक्षेप टाकून तो घाईघाईने बोलला, ''गणामास्तर, लक्षिमणाला शक्ती लागली की.''

कुणालाच काही बोध झाला नाही. कुणाला तरी काहीतरी लागले, एवढीच मुद्द्याची गोष्ट सर्वांना समजली. जो तो खडबडून जागा झाला. घुंगट बाजूला सरकले. जळती बिडी तोंडातून पटकन बाहेर निघाली. गणामास्तरचा चष्मा पुन्हा डोळ्यावर चढला.

''काय झालं?''

''लक्षिमणाला शक्ती लागली.''

बाबूला आता बोध झाला. लक्ष्या पवार मधूनमधून पोथीला येत होता. त्याला

काहीतरी लागले असावे. बरे झाले! फार चघळ माणूस. कुणीतरी त्याला हाणले असेल, तर झकास काम झाले! बरी खोड मोडली.

''झाक झालं. लक्ष्या पवार पयल्यापासनं चाबरटच है.''

नानाने घाईघाईने मान हलवली.

''त्यो लक्ष्या नव्हं, बाबूराव.''

''मग?''

''लक्षिमन लक्षिमन- राम-लक्षिमनातलं लक्षिमन.''

''त्याला काय झालं?''

''शक्ती लागली.''

''म्हंजे?''

मग नानाने सर्व खुलासा केला. राम-लक्ष्मणाची लढाई सध्या रावणाशी चालू आहे. रावणाचा पोरगा इंद्रजित याची अन् लक्ष्मणाची जुंपली. घनचक्कर लढाई झाली. त्यात रावणाच्या पोराने लक्ष्मणावर एक शक्ती फेकली. त्यामुळे लक्ष्मण एकदम निपचित पडला. तो अजून बेशुद्धच आहे.

फस्कन हसून रामा खरात बोलला, ''हात् लेका! मग त्याचं काय एवडं? उद्या पोथी सुरू झाल्यावर त्यो उठंल.''

''न्हाई उटनार.''

''का?''

''बुवानं पोथी आज बंद केली.''

''म्हंजे?''

सर्वांच्या डोळ्यांत एकदम कुतूहल निर्माण झाले. जो तो चेंगटाकडे उत्सुकतेने पाहू लागला. आपल्या बोलण्याने योग्य ते वातावरण निर्माण झाले, हे पाहिल्यावर मग चेंगटाने पुढील वृत्तान्त सांगितला. लक्ष्मणाला शक्ती लागून तो मूर्च्छित होऊन खाली पडला. राम शोक करू लागला. सर्व वानरसैन्य घाबरून गेले. याच ठिकाणी बुवांनी पोथी एकदम बंद केली आणि सांगितले की, लक्ष्मणाला शक्ती लागलेली आहे, म्हणून पोथी आठ दिवस बंद! या आठ दिवसांत गावातील काही लोकांनी वनवासाला जायचे असते. निदान काही लोक तरी गेले पाहिजेत. त्यांनी वनवासातील कापडं अंगावर घालायची. आठ दिवस पायी तीर्थयात्रा करायची, पुण्य मिळवायचे. या पुण्यामुळे लक्ष्मण सावध होतो. मग लढाई पुढे सुरू होणार. तेव्हा आठ दिवस दहा-पाच लोकांनी तरी वनवासाला जावे हे उत्तम. ते परत आले, म्हणजे मग पुढची पोथी सुरू होईल. तोपर्यंत रोज नुसते भजनपूजन.

हे ऐकल्यावर बैठकीत एकदम ठार शांतता पसरली. जो तो 'आता पुढे काय', असा चेहरा करून एकमेकांकडे पाहू लागला. ही काय भानगड आहे, हे नीटसे

कुणालाच कळले नाही. कुणीतरी वनवासाला जायचे म्हणजे काय? म्हणजे नेमके कुठे जायचे? अन् जाऊन काय करायचे? अन् वनवासातली कपडे कुठं मिळतात?

गणामास्तरनेच मग एखाद्या विद्वान माणसाप्रमाणे गंभीर मुद्रा केली. तितक्याच प्रौढपणाने मान हलवली.

''बराबर हाय. तशी हाय पद्धत आपल्या भागात कुठे कुठे. आपल्याकडे ही रामायणाची पोथी फार वर्सांत झाली न्हाई ना, म्हणून ठावं नाही लोकास्नी; पण लक्षिमणाला शक्ती लागली, की पोथी बंद करत्यात. मग काही लोकांनी वनवासात जायाचं, पुण्य करायचं अन् मग माघारी यायाचं. मग लक्षुमन उठतो. पुढची लढाई सुरू होती.''

''पण वनवासाला जायाचं कसं?'' बाबूने शंकेखोर तोंडाने प्रश्न केला.

''का? कसं म्हंजे? पायी चालत जायाचं.''

''तसं न्हवं.''

''मग?''

''आपल्या भागात जंगल है कुठं? जेवडी झाडंझुडपं हुती, तिचाबी लोकांनी पार चुथडा केलाय. समदं माळरान करून टाकलं.''

चेंगटाला एकदम काहीतरी आठवलं.

''सरकारी जंगलात जायाचं. कुठंकुठं हाय म्हनं सरकारी जंगल.''

या उत्तरावर बाबूने अशा काही नजरेने चेंगटाकडे पाहिले की, तो जागच्या जागी डळमळलाच. त्याची मुद्रा एकदम घाबरट झाली.

''आसं म्हनत्यात हां कुणीकुणी'' त्याने खुलासा करण्याचा प्रयत्न केला. ''नक्की काई ठावं न्हाई. आपुन तर बाबा काई जंगलात कधी गेलो न्हाई.''

मग गणामास्तरानेही त्याच्या बोलण्याला पुष्टी दिली. सरकारचे फारिस्ट डिपार्टमेंट म्हणून एक खाते असते. गणामास्तराचा चुलत चुलत भाऊ फारिष्टात नोकरीला होता. त्या अर्थी सरकारी जंगले कुठे कुठे खात्रीने असणार, असे त्याचे म्हणणे पडले.

इतका वेळ बिडीचा धूर काढीत गप्प बसलेला रामा खरात बोलला, ''पन कोन जानार इतक्या लांब वनवासाला? एक हलायचा न्हाई घरातनं. समदे बोंबलभिके.''

''पण जायाला तर पायजे,'' शिवा जमदाडे आता पुढे सरसावला.

''देवा-धर्माचं काम है. न्हाई म्हणू ने लागतं. का रं नाना? कोन कोन तैय्यार झालं?''

नानाने आडवी मान हलवली.

''कोन जातंय? एक बी व्हय म्हणंना तिथं. बुवा लै नाराज झालं. पोथी गुंडाळून जातो म्हणलं दुसऱ्या गावाला.''

''गावाची परीक्षाच हाय म्हण की.''

कुठलेही आव्हानात्मक बोलणे निघाले की, बाबूला एकदम चेव येत असे. मागचा-पुढचा फार विचार न करता पुढे सरसवायचे, हे तर त्याचे ब्रीदच होते. त्याने डोळे मोठे केले, दातओठ खाल्ले. एकदम मांडीवर थाप मारून त्याने कुस्तीचा पवित्रा घेतला.

''आठ दिसच ना? आपुन जायाला तयार है.''

सगळे त्याच्याकडे एकदम आश्चर्याने पाहू लागले. जमदाड्याच्या तोंडावर कौतुक उमटले. का कुणास ठाऊक, नाना चेंगट मात्र एकदम घाबरला. कसले तरी संकट आपल्याजवळ आले आहे, असे त्याला उगीचच वाटून गेले.

रामा खरात कुत्सितपणे हसला.

''बाबू मर्दा, वनवासात जायाचं म्हंजे काय उरुस-जत्रा करीत हिंडायचं वाटलं काय तुला? वनवासात काय करायचं आसतं ठावं हाय का तुला?''

''काय करायचं आसतं?'' बाबू चिडला.

''ते आपल्याला न्हाई ठावं; पण काईतरी डेंजरच काम आसतं एवडं खरं.''

''काय करायचं आसतं, गणामास्तर?''

पण गणामास्तरलाही या प्रश्नाचे उत्तर ठाऊक नव्हते. त्याने क्षणभर विचारमग्न मुद्रा केली. मग तो म्हणाला, ''ते तू बुवालाच इचार की. ते समदं डीटेलवार तुला सांगतील. मला हाय ठाऊक थोडं फार, पण प्रत्येकाची पद्धत येगळी आसती.''

रामाने पुन्हा त्याच सुरात विचारले, ''एकलाच जानार का?''

''का? चेंगट यील ना माज्याबरुबर. रामसंगट लक्ष्मुमन नको का? का रं चेंगट्या?'' बाबूने हा प्रश्न दम भरल्याप्रमाणे विचारला. चेहराही भीषण केला. मग चेंगटाला 'नाही' म्हणणे शक्यच नव्हते. त्याला एकदम पश्चात्ताप झाला. कुठून ही माहिती इथे सांगायची दुर्बुद्धी झाली, असे त्याला होऊन गेले; पण इलाज नव्हता. आता ती वेळ गेली होती. तरी पण तो चाचरत म्हणाला, ''काई हारकत न्हाई. आपुन काय तयारच हौत. पन आट दिस खायापेयाचं कसं काय? आपल्याकडं तर पसडा न्हाई बाबा.''

रामाने पुन्हा मध्येच नाक खुपसले.

''वनवास म्हंजे काय चैन वाटली काय तुला? काय मिळंल ते खावं लागतं. कधी उपाशी तर उपाशी, कधी गवत तर गवत, कधी झाडाची पानं.''

''गवत?'' नाना एकदम बिचकला; पण गणामास्तराने त्याची भीती मोडून काढली.

''अरे, गावचे लोक देतील ना वर्गणी करून. सांगायचं समद्यांना, तुमी तरी चला, न्हाईतर वर्गनी तरी द्या. चट देत्यात समदे वर्गनी.''

''हा, तेच म्हंतो मी -'' बाबूनेही खुशीत येऊन मान हलवली.

मग बाबूने बाकीच्या लोकांनाही आग्रह करून बघितला. सगळी आपली कंपनीच वनवासाला निघाली, तर फार मजा येईल, असे त्याचे मत पडले. आठ दिवस पायी हिंडायचे, गप्पाटप्पा करायच्या, खायचे-प्यायचे. झालेच तर थोडे पुण्यही मिळवायचे आणि परत यायचे. काय हरकत आहे? हां हां म्हणता आठ दिवस निघून जातील. पण काही ना काही सबब सांगून प्रत्येकाने नकार दिला. गणामास्तराची अडचण खरीच होती. त्याची बायको थोडी आजारी होती. घर सोडून जाणे त्याला शक्यच नव्हते. आठ दिवस पायी हिंडायचे, म्हटल्यावर रामा खराताला एकदम आपला एक पाय थोडा मुरगाळलेला आहे, त्याची आठवण झाली. त्याने आपला मुरगळलेला पाय वर उचलून सर्वांना दाखविलासुद्धा आणि त्यातून हळूच पाय काढला. जमदाडे नेहमी देवदेव करणारा, पण त्याच्या घरी सासुरवाडीचे पाव्हणे आले होते. ते अजून आठ दिवस तरी राहणार होतेच. येऊन जाऊन उरले बाबू आणि चेंगटच. चेंगटाला नेहमीप्रमाणे काही उद्योग नव्हताच. बाबूचे सगळे कुटुंब माहेरी गेले होते. तोहीं एकटाच होता. तेव्हा उद्या बुवांना भेटून वनवासाची माहिती घ्यायची आणि दोघांनीही वनवासाला सुटायचे, असे शेवटी पक्के ठरले.

दुसऱ्या दिवशी बुवांनी त्यांच्या सगळ्या शंकांचे निरसन केले. केळी, शेंगा यांचा फलाहार करता करता त्यांनी दोघांच्या धार्मिक स्वभावाची स्तुती केली. मग ते म्हणाले, ''वनवास म्हणजे काय? तसा वनवास नव्हं. पायी हिंडायचं. तीर्थयात्रा केल्यासारखी करायची. रस्त्यानं झाडंझुडपं लागतातच. घटकाभर झाडाखाली बसायचं म्हंजे झालं! नामस्मरण करायचं. भजन-पूजन, देवदर्शन करून परत यायचं, पण एक अट आहे.''

''कसली?''

''वनवासातला ड्रेस घालायचा. ही नेहमीची कापडं नाही घालायची.''

''वनवासातलं ड्रेसिंग कसलं आसतं?''

''आता वल्कलं नावाचं कापड मिळत नाही म्हणा. पण तरट, गोणपाट यांचा कपडा करून अंगभर घालायचा. वर पोत्याचीच कुंची करायची. म्हंजे उन्हातान्हाची, पावसाची कटकट नाही. एकच पायघोळ झगा करायचा म्हंजे झालं.''

गोणपाटाचा पायघोळ झगा आणि तसलीच कुंची घालायची म्हटल्यावर बाबूचा वनवासाचा उत्साह एकदम कमी झाला. चेंगटाचाही चेहरा कसनुसा झाला, पण आता माघार घेणे शक्यच नव्हते. या गोणपाटाच्या ड्रेसमध्ये आपण कसे दिसू, याची त्यांनी मनाशीच कल्पना करण्याचा प्रयत्न केला. त्या कल्पनेनेच त्यांना टाळक्यावर पाल पडल्यासारखे वाटले.

''अन् हे बघा, रात्री कुठंही गावात चार लोकांत मुक्काम ठोकायचा नाही.

गावाबाहेर एखाद्या देवळात, धर्मशाळेत राहायचं. जितका एकान्त आसंल, तितकं चांगलं, अन् भजनपूजनाचा दणका ठिवायचा. आठ दिस देवदेव करून परत यायचं. आलं लक्षात?''

दोघांनीही मान हलवली. बाबूने प्रथम हलवली आणि ती पाहून नानाने हलवली. बुवांच्या पायावर डोके ठेवून त्यांनी बुवांचा निरोप घेतला.

बाहेर पडल्यावर बाबू चेंगटाच्या घाबरट तोंडाकडे बघून हळूच म्हणाला, ''तू अजाबात काळजी करू नकोस, नाना. ह्या गोणपाटाचा ड्रेस तसा काई वाईट नसतो. आतनं आपली चालू कापडं घालायची. म्हंजे टोचकाम अजाबात हुणार न्हाई.''

''आन खायापेयाचं?'' नानाने शंकेखोर मुद्रा केली.

''घरी तरी तुला खायला-प्यायला नीट कुटं देतीय तुझी भावजय? न्हाई ना? मग झालं तर. मी दीन लागंल ते. येळंला केळं आन् वनवासाला शिताफळं म्हणच हाय. मी रोज तुला शिताफळं देत जाईन. मग तर झालं?''

हे सीताफळाचे दिवसच नाहीत, असे सांगण्याचे नानाच्या अगदी तोंडावर आले होते; पण एकूण बाबूचा रागरंग पाहून त्याने तो बेत रद्द केला. तरीपण त्याने रडकुंडीला आल्यासारखी मुद्रा केली.

''पन आठ दिस पायी चालावं लागंल, मर्दा.''

आता मात्र बाबू खवळला.

''मग? रोज काय मोटारीतनं हिंडतूस काय? लै नखरं करू नगंस.''

''आन् पाय दुखाय लागलं तर?''

''मी तुला खांद्यावर घीन. मग तर झालं?''

बाबूच्या खांद्यावर बसून प्रवास करायचा, ही गोष्ट चेंगटाला फारच धोकादायक वाटली. एक तर बाबू नेहमी अस्वलासारखा झुलत-झुलत चालत असे. त्यामुळे आपले वर किती हाल होतील, हे सांगणे कठीण होते. मग मात्र वनवासाचा पुरा अनुभव आपल्याला आल्याशिवाय राहणार नाही. शिवाय बाबूला एकदम राग आला, तर तो केव्हा आपल्याला खाली फेकून देईल, याचाही नेम नव्हता. त्यातून आपल्याला नेहमीप्रमाणे बेंडे झालेली. मोठ्या गोलावर लहान गोल. ते सांभाळून वर बसणे म्हणजे कसरतच. त्यापेक्षा चालावे हेच उत्तम. पायाचे तुकडे पडले तरी हरकत नाही.

बाबू पैलवान आणि नाना चेंगट वनवासाला जायला तयार आहेत, ही गोष्ट पोथीला येणाऱ्या मंडळींना कळली आणि त्यांनी सुटकेचा नि:श्वास सोडला. कोणतेही चांगले काम परस्पर दुसरा करीत असला, म्हणजे आपल्याला आनंदीआनंद वाटतोच. बाबू आठ दिवस गावात दिसणार नाही, ही गोष्टही काहींच्या दृष्टीने

संतोषजनक होती. लोकांनी खुशीने वर्गणी मात्र दिली. कुणी गोणपाटाचे झगे तयार करून दिले, कुणी कुंची करून दिली, कुणी शिदोरी दिली. पोत्याचा रेनकोट आणि कुंची घातल्यावर हे दोघेही काही निराळेच दिसू लागले. अंतराळातल्या कुठल्यातरी अज्ञात ठिकाणाहून हे दोन विचित्र प्राणी भूतलावर अवतरले असावेत, अशी एकूण त्यांची प्रतिक्रिया होती. बायामाणसे तर तोंडाला पदर लावून फिदीफिदी हसली. पोरांनी त्यांच्याभोवती एकच गर्दी केली. ही सगळी गर्दी गावओढ्यापर्यंत दोघांना पोहोचवायला आली. रामराम झाले. बाबूने एखाद्या विजयी वीराप्रमाणे मुद्रा धारण करून सर्वांचा निरोप घेतला. फक्त चेंगटाचीच मुद्रा पार उतरलेली होती. आपण आता बहुतेक जिवंत परत येत नाही, याबद्दल बरीचशी खात्री पटल्यासारखी त्याची मुद्रा झाली होती.

हळूहळू प्रवास सुरू झाला. गाव मागे पडले. दोघेही मार्गाला लागले. तसा पहिला दिवस उत्साहात पार पडला. एक तर उन्हे उतरली होती. गार वारा वाहत होता. अंगात पहिला जोष होता. त्यामुळे रस्ता भराभर मागे पडला. नाही म्हणायला रस्त्यावरून जाणाऱ्या काही लोकांनी या मूर्तींकडे न्याहाळून पाहिले. काहींनी त्यांना थांबवून नाही नाही त्या चौकशा केल्या. त्याचा मात्र पुढे कंटाळा आला.

''कोण गाव?''

''भोकरवाडी.''

''कुठं रोजगार हमीवर चालला काय?''

''न्हाई.''

''मग?''

''वनवासाला.''

''वनवासाला? म्हंजे?''

''लक्षुमणाला शक्ती लागली.''

''कोण लक्षुमण?''

''रामायणातला लक्षुमण.''

''आन् शक्ती लागली म्हंजे?''

''हागवण लागली.'' आता मात्र बाबू खवळला.

एकदोघांना बाबूने नीट उत्तरे दिली, पण हा नंबर वाढल्यावर पुढे मात्र तो वैतागला. ''आता जावा की भडव्यांनो फुडं.'' असे तो ओरडल्यावर मग मात्र लोकांच्या चौकशा थांबल्या. त्यांनाच शक्ती लागल्यासारखी वाटली. ''कोण लक्षुमण?'' या प्रश्नाला 'तुमचा बाप', हे उत्तर मिळाल्यावर मंडळी भराभर पांगली.

नाना निषेधाचा सूर काढून बोलला, ''वनवासात आसं बोलू ने लागतं, बाबूराव. देवाचं नाव घ्याचं. बुवानी काय सांगितलं?''

''लोक तर कशे हैत बघ की, त्यांना कशाला रिकाम्यापराणी करायच्यात चौकशा? आमी वनवासात जाऊ न्हाईतर मसणात जाऊ.''

वाटेत काही किरकोळ देव लागले. तिथे दोघांनीही हात जोडून नमस्कार केले. नाही म्हणायला कुणी कुणी त्यांच्या पायाही पडले. एका गावाजवळ घटकाभर दोघे पारावर टेकले, तेव्हा दोन-पाच बायाबापड्याही त्यांच्या पाया पडल्या. त्यातल्या एक-दोघी तर तरण्याताठ्या होत्या. यामुळे चेंगटाच्या पायाला भलत्याच गुदगुल्या झाल्या. इथे मुक्काम करायचा का असेही त्याने बाबूला विचारून पाहिले; पण रात्र व्हायच्या आत आणखी पुढे जायचे, असे बाबूने ठामपणे सांगितल्यामुळे त्याचा निरुपायच झाला.

चालता चालता अंधार पडला. जिकडेतिकडे अगदी काळेकुट्ट झाले.

रस्त्याच्या एका बाजूला जुनाट देवळासारखे काहीतरी दिसले तेव्हा बाबू म्हणाला, ''रातच्याला इथंच मुक्काम करू. सकाळी फुडं सुटायचं.''

''आन् जेवणखान?''

''हितंच करू. बाटली है ना पाण्याची? काड भाईर. मी कंदील लावतू.''

बरोबर घेतलेल्या पिशवीतून बाबूने कंदील काढला. नानाने बाटली काढली. दोघांनीही देवळाच्या कट्ट्यावरच बसकण मारली. कुठला देव होता कोण जाणे. दोघांनीही अंधारातच हात जोडून टाकले. मग शिदोरी सोडली, पण कंदिलही वनवासालाच गेला होता की काय कोण जाणे. तो काही नीट लागेना. शेवटी दोघांनीही अंधारातच तुकडे मोडले. तेवढ्यात कुठल्याश्या वस्तीवरनं तीन-चार कुत्री भो भो करीत, उड्या मारीत तेथे येऊन पोहोचली आणि दोघांच्याही अंगावर धावून आली. पहिल्यांदा नुसते हाड हाड करून वेळ मारून न्यायची बाबूने धडपड केली. पण कुत्री ऐकेनात. त्यांनी भुंकून भुंकून एकच कालवा केला. एका कुत्र्याने तेवढ्यात चेंगटाची तंगडी पकडली आणि तिचा लचका तोडण्याचा प्रयत्न केला. सुदैवाने पायाजवळचे जाड गोणपाटच त्याच्या तोंडात सापडले आणि चेंगट थोडक्यात बचावला; पण कुत्र्यांचे भुंकणे काही थांबेना.

एवढ्यात लांबून दोन-तीन कंदील अधांतरी हलत त्यांच्याच दिशेने येताना दिसले. मग मात्र चेंगटाच्या काळजाने ठाव सोडला. ही भुताटकी तर नाही? वनवासात भुतेखेतेही असतील ही गोष्ट आपल्या ध्यानात कशी आली नाही?

बघता बघता अधांतरी हलणारे कंदील जवळ आले. प्रत्येक कंदिलाबरोबर काठ्या हातात घेतलेली दोन-तीन काळीकुट्ट दांडगी माणसे त्यांच्याच रोखाने आली. सर्वांनी त्यांना एकदम वेढाच घातला.

नकळत बाबू आणि चेंगट एकदम उभेच राहिले. चेंगट तर पार भेदरून गेला. त्याचे दोन्ही पाय लटपटलेच.

एका दांडगटाने भरड्या आवाजात विचारले, ''कोन रे तुमी? हितं कशापाई बसलाय?''

''ल-ल लक्षुमणाला शक्ती लागली.'' चेंगटाने खुलासा करण्यासाठी तोंड उघडले.

''बरं मग?'' दुसरा गुरगुरला.

''म्हून आमी वनवासाला निघालोय.''

''बगा, कसं येड्याचं सोंग घेत्यात.'' तिसरा बोलला.

''पाटील, सोडू नका ह्यास्नी. अशीच सोंग घेयाची आन् दरोडं घालायचं. या म्हैन्यात चार दरोडे पडल्यात आपल्या भागात.''

बाबूला चीड आली.

''ए, आमी काय दरोडेखोर वाटलं काय तुमाला?''

''मग कोण पोलीस हैसा का?''

''बाबू पैलवान म्हणत्यात मला भोकरवाडीचा.''

''आन् ह्यो काडीपैलवान कोन?''

''नाना चेंगट.''

''गोणपाट घालून हितं कशापाई बसलाय?''

''वनवासाला निगालोय.''

'' बगा. लागलं पुना येड्याचं स्वांग बोलायला. हाना हाना.'' असे बोलून एकाने काठी उगारलीच. बाकीचेही अंगावर धावून आले.

मग मात्र बाबूने हातापाया पडून त्यांची कशीबशी समजूत घातली. दरम्यान चेंगटाला काठीचे चार-दोन तडाखे बसलेच; पण हे दरोडेखोर नाहीत, एवढी त्यांची खात्री पटली. ''सकाळी हितं दिसलात तर बघा.'' असा दम भरून सगळा घोळका निघून गेला. त्यांच्यापाठोपाठ ती धनगरी कुत्रीही गेली.

पुन्हा सगळे सामसूम झाले. भोवताली पुन्हा गडद काळोख पसरला. या गडबडीत आणलेल्या शिदोरीचा पार चुथडा झाला होता. पाण्याची बाटलीही कलंडून सांडली होती.

चेंगटाने मोठ्या संकटातून सुटका झाल्याप्रमाणे सुस्कारा सोडला.

''झोपा आता महाराज! आन् फाटं माशी उठायच्या आत हलायचं बगा. न्हाईतर एक हाड राहत न्हाई आपलं जागंवर.''

''आयला, वनवासात हे राकुसच भेटले आपल्याला.'' असे म्हणून बाबू बराच वेळ गप बसला. मग एका बाजूला कलंडला. त्याने डोळे मिटले. थोड्या वेळाने तो नेहमीप्रमाणे घोरू लागला.

चेंगटाला मात्र बराच वेळ झोप लागली नाही. पुढे लागली, तरी त्याला

वेडीवाकडी स्वप्ने पडत होती. मधूनमधून तो दचकून जागा होत होता.

थोडे फटफटले तसे दोघेही लगबगीने उठले. सकाळचे आन्हिक उरकून पुन्हा गुपचूप मार्गाला लागले. चांगले उजाडल्यानंतर त्यांना जरा बरे वाटले. तास-दोन तास गेले आणि चेंगटाला तहान लागली. रात्रीचे जेवण तर बुडालेच होते, पण पाणीही मिळाले नव्हते. तहानेने आता मात्र त्याचा जीव व्याकूळ झाला. वाटेत कुठेही विहीर, पाटाचे पाणी आढळत नव्हते. चार-दोन ओढे लागले. पण ते सगळेच कोरडे ठणठणीत होते. पाण्याचा कुठेच पत्ता नव्हता. शेवटी त्याला राहवेना.

''बाबू, तहान मघापास्नं लागलीया. कुठं पाणी मिळंल का?''

बाबूने डोळे वटारले.

''वनवासात तहान-भूक, तहान-भूक करायचं नसतं, मर्दा!''

''मग?''

''निस्तं चालत राहायचं.''

''पन तहान लै लागली.''

''थुका गिळायचा आतल्या आत.''

पण हे सांगत असतानाच आपल्यालापण बरीच तहान लागली आहे, हे बाबूच्या ध्यानात आले. मग नरमाईचा सूर काढून तो पुढे म्हणाला, ''आता तू म्हनतोस तर बगू या कुठं हीरबीर, वस्ती कुठं दिसतीय का. चल.''

थोड्या वेळाने लांब रानात एक जुनाट घर दिसले. कुठूनतरी धूर बाहेर येत होता. बाबूने चेंगटाला ते बोटाने दाखवले.

''धूर है म्हंजे हाय कुणीतरी घरात. चल तिकडं. आन् बाटली काढ भाईर. पानी पिऊन बाटली भरून घेऊ.''

चेंगटाने बाटली बाहेर काढून हातात घेतली. दोघेही रानात शिरले. सकाळची आठनऊची वेळ असेल. अजून रस्त्यावर फारशी रहदारी नव्हती. आसपास अगदी सामसूम होते. खाचखळगे, काटेकुटे पार करीत रान तुडवीत दोघेही घराजवळ पोहोचले. बाबूने लांबूनच जोरात हळी दिली.

''आरं, कुनी है का घरात?''

त्याबरोबर एकदम चमत्कारच झाला!

तीन-चार माणसे एकदम घराच्याबाहेर पडली. गोणपाटातल्या या दोन मूर्ती त्यांनी क्षणभर पाहिल्या आणि एकदम वाट फुटेल तिकडे धूम ठोकली. बाबूने 'अरे, अरे' म्हणेपर्यंत दोन मिनिटांत ती दिसेनाशी झाली. बाबूला आश्चर्य वाटले.

''आयला, मानसं हैत का कनसं?'' असे म्हणून बाबू तरातरा पुढे गेला. पाठोपाठ सुकलेल्या ओठावरून जीभ फिरवीत नानाही गेला. दोघेही घरात शिरले. आत जे काही त्यांना दिसले, ते पाहून ते चकितच झाले.

आत चुलाण्यावर कसले तरी रसायन उकळत होते. वाफा चालल्या होत्या. चमत्कारिक उग्र वास सर्वत्र पसरला होता. एका बाजूला गच्च भरलेले पत्र्याचे डबे होते. सडका गूळ, नवसागर असले काहीबाही पदार्थ आसपास पसरलेले होते.

बाबूने डोळे विस्फारले.

''आरं तिच्या मायला! हितं तर हातभट्टीच लावली हुती भडव्यांनी. तरीच बेनी पळाली बरं का.''

''कशी काय पळाली?''

''हे वनवासातले ड्रेशिंग केलंय ना आपुन. त्यांना वाटलं आसंल पुलीसच आले. हा: हा:''

बाबू मोठ्यांदा हसला. त्याला मजा वाटली. मग चेंगटालाही मजा वाटली. तोही बाबूच्या तोंडाकडे बघतबघत बेताबेताने हसला. आपल्याला कुणीतरी पोलीस समजले, या कल्पनेने तो खूशही झाला.

''पण पानी पेयाचं कसं काय?''

खरे म्हणजे हे पेय तोंडाला लावले तरी चालेल, असे त्याचे मनातल्या मनात मत होते; पण ते बोलून दाखवायची सोय नव्हती. बाबूने तिथेच त्याला चार रट्टे हाणले असते.

''हितं कुटंतरी साधं पाणी आसंल ना.''

- असे म्हणून बाबू इकडेतिकडे पाहत आतल्या खोलीत गेला. तेवढ्यात बाहेर एकदम कसलीतरी गडबड ऐकू आली. कुठलेतरी वाहन आल्याचा आणि थांबल्याचा आवाज ऐकू आला. एकदम कर्कश शिट्टी वाजली आणि सात-आठ पोलीस शिपाई भराभरा आत घुसले. त्यात एक मिशावाला जाडजूड साहेबही होता.

एक हवालदार बोलला, ''खबर बराबर मिळाली, सायेब. ही काय हातभट्टी.''

साहेबाने पुढे होऊन एकदम चेंगटाच्या कमरेत एक लाथ घालण्याचा प्रयत्न केला, पण तेवढ्यात चेंगट बाजूला सरकल्यामुळे साहेबांची लाथ वायाच गेली. साहेबाचा तोल जाऊन ते पडलेच असते, पण जवळच्या एक-दोघा पोलिसांनी त्यांना सावरले. मग ते खवळलेच.

''पकडा साल्याला. कुठायेत रे तुझे साथीदार?''

चेंगट एकदम गांगारलाच. हा काय प्रकार आहे, हे त्याच्या ध्यानात येईपर्यंत पोलिसांनी त्याला धरून चार-दोन थपडा हाणल्यासुद्धा. तेवढ्यात बाकीच्या दोघा-तिघांनी बाबूला धरून बाहेर आणले. बाबूने मात्र बरीच हिसकाहिसकी केली. एका-दोघा पोलिसांना टांग घालून त्याने पालथे पाडले. सुटण्याची बरीच धडपड केली; पण सगळ्यांनी त्याला गच्च धरून ठेवले.

साहेब संतापलेल्या मुद्रेने गरजले, ''हा - हा गड्याच दिसतोय म्होरक्या इथला.

हातभट्टी लावता काय साल्यांनो? लावा दोघांना काढण्या अन् पंचमंडळींना बोलवा. पंचनामा करून टाका लागलीच.''

पंचमंडळींना घेऊनच सरकारी जीप आली होती. सगळे यथासांग उरकून पोलिसांनी या दोघांनाही जीपमध्ये कोंबले आणि तालुक्याला नेले. पोलीस कस्टडीत टाकून दिले. दोघांनीही निरनिराळ्या तऱ्हेने सांगून पाहिले. आपला हातभट्टीशी काही संबंध नाही म्हणून विनवण्या केल्या, पण साहेबांनी फारसे मनावर घेतले नाही. पोलिसांनी त्यांना यथेच्छ प्रसाद दिला.

चार-पाच दिवस हा गोंधळ चालला.

या चार-पाच दिवसांत बरीच ठोकाठोकी झाली. त्यामुळे देवाचा धावा करण्यापलीकडे त्यांना दुसरा मार्ग नव्हताच. कोठडीत एकान्तवास तर मिळालाच, पण कदान्नही खावे लागले. वनवासातल्या सगळ्या अटी पूर्ण झाल्या. मग केव्हातरी यांचा हातभट्टीशी काही संबंध नाही, हे साहेबांना पटले आणि त्यांची सुटका झाली.

बाहेर पडल्यावर दोघांनीही सुटकेचा आनंद साजरा केला. हॉटेलात जाऊन पोटभर अन्नावर ताव मारला. रात्री सिनेमा बघितला. मग दुसऱ्या दिवशी एसटीने ते निघाले आणि भोकरवाडीजवळ येऊन उतरले. पुन्हा त्यांनी वनवासातला ड्रेस अंगात घातला. पायी चालत चालत ते देवळात येऊन दाखल झाले.

सबंध गावाने त्यांचे स्वागत केले. गळ्यात हार घातले. कुणी कुणी त्यांच्या पायाही पडले. शिंग फुंकून, ताशेवाजंत्री लावून या वीरांची लहानशी मिरवणूक निघाली.

त्यांचे कौतुक करून बुवा म्हणाले, ''अशी धार्मिक माणसं गावोगाव निघाली पायजेत. आठ दिवस दोघांनीही वनवास भोगला. देवाचं नामस्मरण केलं. मिळेल ते खाल्लं. कधी उपाशी राहिले. धन्य आहेत त्यांच्या मातोश्री! आता वनवासाची समाप्ती झाली. यांच्या पुण्याईनंच लक्षुमणावरचं संकट टळलं म्हणानात.''

आणि दुसऱ्या दिवसापासून रामायणाची पोथी नियमितपणे सुरू झाली. फक्त हे दोघे मात्र देवळाकडे पुन्हा कधी फिरकले नाहीत.

शाळेतील धडाड्धूम

माझे जेवण मघाशीच झाले होते. मी दप्तरात पुस्तके आणि वह्या भरीत होतो. पहिलाच तास गणिताचा होता. गोडबोले सरांनी दहा गणिते सोडवून आणायला सांगितली होती. खूप मोठा गृहपाठ दिला होता, पण गणिताचे अन् माझे तर अगदी जन्माचे वाकडे. संध्याकाळी खेळून आलो अन् लवकर झोपलो. सकाळी अभ्यास झालाच नाही. आता काय करावे बरे? गणिते केली नाहीत, म्हटल्यावर सर छडीने चोपणार. अगदी मारकुटे आहेत गोडबोले सर म्हणजे! मुलांना मारायला मिळाले म्हणजे त्यांना असा आनंद होतो म्हणता! इकडे मुले रडत असतात अन् हे सिनेमातल्या दुष्ट माणसासारखे हसत असतात.

मार चुकविण्यासाठी काय करावे बरे? आज शाळेतच जाऊ नये का? बरे वाटत नाही म्हणून सांगावे आणि घरीच बसावे का? आज तरी शाळेत जाणे धोक्याचे होते. पण आई अजिबात ऐकत नाही. माझ्या कुठल्याच सबबीवर तिचा विश्वास नसतो. काय करावे बरे?

मी असा विचार करीत होतो आणि तिकडे बाबा जेवायला बसले होते. आई त्यांना वाढीत होती. दोघांच्या काही तरी गप्पागोष्टी चालल्या होत्या. एकदम दोघे मोठ्यांदा हसले. मग माझे त्यांच्याकडे लक्ष गेले.

आमटीचा एक भुरका मारून बाबा म्हणाले, ''तर अशी गंमत झाली. ज्याला-त्याला वाटलं बॉम्बच ठेवलाय कुणीतरी रस्त्यावर. होता जुना मळका चेंडू, पण कुणाची हात लावायची हिंमत होईना.''

त्यांच्या पानात तूप वाढीत आई म्हणाली, ''मग काय झालं?''

''शेवटी मीच पुढे झालो. म्हटलं, एवढं काय घाबरायचं त्यात? मीच रस्त्यावरच्या एका भिकाऱ्याला हाक मारली. उचल म्हटलं तो गोळा अन् दे टाकून त्या उकिरड्यावर. तो म्हणाला, 'हा फुटका चेंडू आहे फुटबॉलचा.' फेक म्हटलं. त्यानं उचलला अन् दिला फेकून. मी त्याला चार आणे दिले. म्हटलं, पळ, खा जा काहीतरी.''

आई आणि बाबा, दोघेही पुन्हा हसले. बाबा तर इतके हसले की, त्यांच्या हातातला घास तोंडात जायच्याऐवजी त्यांच्या गालालाच लागला. सगळा गाल

खरकटा झाला. मग मलाही हसू आले.

''बॉम्ब म्हणजे काय असतं, बाबा?'' मी विचारले.

आई एकदम रागावली, ''तुला कशाला रे चौकशा बॉम्बच्या? शाळेची वेळ होत आलीय ना? शाळेला जा मुकाट्यानं.''

बाबा गाल पुशीत म्हणाले, ''असू दे गं. विचारू दे. लहान मुलांची जिज्ञासा असते. आपण समजावून सांगितलं पाहिजे. बरं का मध्या, बॉम्ब म्हणजे एक गोल स्फोटक पदार्थ असतो.''

''स्फोटक म्हणजे?''

''स्फोटक म्हणजे, एकदम स्फोट होतो रे... म्हणजे आपलं 'धडाड्धुम' होतं एकदम. जवळपासच्या लोकांना लागतं. रक्तबंबाळ होतात ना. मरतात एकेक.''

बाबांनी मग जेवण संपवता संपवता मला बॉम्बबद्दल पुष्कळ माहिती सांगितली. दहशतवादी नावाचे लोक असतात. ते सगळीकडे गुपचूप हिंडत असतात. ते असे बॉम्ब वळतात आणि कुठेतरी ठेवून देतात. कुणी त्याला हात लावला, की एकदम त्या बॉम्बचा स्फोट होतो. माणसांना इजा होते. एखाद्या वेळी मरतातदेखील माणसे. म्हणून बॉम्बला आपण कधीही हात लावू नये. बॉम्ब दिसला, की पोलिसांना बोलावणे पाठवावे. पोलीस पुढले सगळे बघून घेतात.

मी अगदी मन लावून बाबांचे हे बोलणे ऐकत बसलो होतो. तेवढ्यात आई खेकसून म्हणाली, ''शाळेला जायचं, म्हणून लवकर जेवायला घातलं अन् पुन्हा इथंच रेंगाळतोस? लागला मोठा बॉम्बच्या गोष्टी ऐकायला. जा, पळ. उशीर होईल. का हाणू एक फटका?''

आईची मुद्रा नेहमीपेक्षा विचित्र दिसली. आता घरी फार वेळ थांबणेही धोक्याचे आहे, हे माझ्या एकदम लक्षात आले. पटकन दप्तर उचलले अन् बाहेर धूम ठोकली.

तसा शाळेला अजून अवकाश होता. म्हणून रमतगमत शाळेकडे आलो. वाटेत भेटणाऱ्या दगडाला लाथ मारीत त्याला पळवीत आलो. मध्येच दुकानावरच्या पाट्या थोड्या वेळ वाचल्या. रस्त्याने निघालेली एका नवरदेवाची मिरवणूक थोडा वेळ थांबून पाहिली. मग शाळेकडे आलो. वर दुसऱ्या मजल्यावर आमच्या वर्गाकडे गेलो. दप्तर जागेवर ठेवले.

तरीसुद्धा मी खूपच लवकर आलो होतो. अजून पहिली घंटा व्हायलासुद्धा दहा-पंधरा मिनिटे अवकाश होता. अजून फारसे कुणी शाळेत आलेच नव्हते. काही मुले बाहेर खेळत होती. वरच्या मजल्यावर तर अजून शुकशुकाटच होता. आता इतका वेळ काय करावे बरे? गोडबोले सर आले असतील का? आले असले, तर त्यांना काहीतरी थाप मारून पहिला तास चुकवावा का?

आमच्या वरच्या मजल्यावरच 'टीचर्स रूम' होती. अगदी घंटेच्या समोर. मी

आत डोकावून पाहिले. कुणीतरी एक सर तोंडावर वर्तमानपत्र घेऊन गादीवर झोपले होते. त्यांच्या उशाखाली एक तक्क्या होता, पायाखाली एक तक्क्या होता, बहुतेक आमचे पी.टी. चे सर असणार. तेच नेहमी असे लवकर येऊन झोपतात. गोडबोले सर आले नव्हते. अजून कुणीच आले नव्हते.

आता काय करावे?

पुन्हा मी वर्गात गेलो. इकडेतिकडे पाहात उभा राहिलो. सहज लक्ष वर गेले. आमच्या वर्गाच्या भिंतींना दोन्हीतिन्ही बाजूला फळ्या होत्या. त्या फळ्यावर काही जुने सामान ठेवले होते. लाकडी स्टुले, छोट्या फळ्या, लाकडी ठोकळे, एक लाकडी गोल...

माझे डोळे एकदम लकाकले.

लाकडी गोल? हुबेहूब लहानसा फुटबॉलच. अगदी बॉम्बसारखा दिसतो नाही? मला बाबांचे बोलणे एकदम आठवले. डोके भराभरा चालू लागले.

करायची का गंमत?

हळूच बाकावर चढून मी तो लाकडी गोल खाली काढला आणि तसाच व्हरांड्यात अगदी 'टीचर्स रूम'समोर ठेवून दिला. मग बाजूच्या एका वर्गात जाऊन बसलो.

चार-दोन मिनिटेच झाली असतील. आमच्या वर्गातला बाळ्या चष्मिष्ट आपल्या जाड भिंगाच्या चष्म्यातून इकडे-तिकडे बघत वर आला. वर्गाकडे जाऊ लागला. मध्येच ठेवलेला तो गोल पाहून एकदम थबकला. घाबरट मुद्रेने त्याच्याकडे पाहत उभा राहिला. बाळ्या लेकाचा भेद्रटच आहे. कशालाही घाबरतो. मी एकदम ओरडलो.

असा दचकलाय म्हणता! मग मी त्याच्यामागून गेलो. हळूच त्याच्या खांद्यावर हात ठेवला.

मीच विचारले, ''काय आहे रे ते?''

बाळ्या घाबरट मुद्रेनेच म्हणाला, ''क - काय आहे कुणाला माहीत!''

''बॉम्बबिंब तर नसेल?''

''बॉम्बबिंब?'' बाळ्याची मुद्रा एकदम भेसूर झाली.

''हो. दहशतवाद्यांनी ठेवला असेल. कुठंही ठेवतात म्हणे ते.'' मी त्याला बाबांनी सांगितलेली माहिती पुरवली. ''हात लावून बघायचा का?''

''नको नको... हात लावू नकोस मध्या तू अजिबात!'' तो ओरडला.

असे हसू आले म्हणता! पण मी ते दाबले.

''का रे?''

''उडेल की तो. अन् लागेल आपल्याला.''

''मग आपण सरांना सांगायचं का?''

''पण सर आलेत कुठं अजून?''

एवढ्यात आणखी चार-दोन पोरे आली. ती पुढे जाऊ लागली, तेव्हा बाळ्यानेच त्यांना अडवले. बॉम्ब म्हटल्यावर सगळेच दचकले. एकदम मागे सरकले. मग चर्चा सुरू झाली.

एक जण म्हणाला, ''हो, मी वाचलंय वर्तमानपत्रात. हे दहशतवादी असतात ना, ते ठेवतात म्हणे बॉम्ब.''

''दहशतवादी म्हणजे कोण असतात?''

''माहीत नाही, पण कुणीतरी दाढीवाले असतात.''

''दिल्लीत असे खूप बॉम्ब ठेवले म्हणे त्यांनी. माझा मामा म्हणत होता.''

हे बोलणे चालले आहे, तेवढ्यात आमचे इतिहासाचे काकडे सर आले. काकडे सर फार हुशार आहेत. ते रोज वर्तमानपत्रे वाचतात अन् त्यातला इतिहास कधीकधी आम्हाला सांगतात. पंतप्रधानांचे कोठे चुकते, हेसुद्धा ते आम्हाला छान समजावून सांगतात. फार हुशार आहेत. अजिबात कुणाला ऐकायचे नाहीत.

'बॉम्ब' शब्द ऐकून तेपण दचकले. पुढे होऊन त्यांनीपण त्या गोल वस्तूचे बारकाईने निरीक्षण केले. मग ते म्हणाले, ''कुणी ठेवला रे? आं? कुणी ठेवला हा बॉम्ब इथं?''

''काही माहीत नाही, सर.''

''माहीत नाही कसं? तुम्ही लवकर आलात ना?''

ते आम्हाला दरडावून विचारू लागले. बाळ्या काही बोलणार होता, पण तेवढ्यात मीच त्याला दाबले.

''काही बोलू नकोस बाळ्या तू. उगीच आपल्यावर येईल.''

त्या गोल वस्तूकडे बघत काकडे सर चिंतातुर मुद्रेने म्हणाले, ''दहशतवाद्यांचंच काम हे, मी नक्की सांगतो. पण ते इथपर्यंत पोहोचले, म्हणजे कमाल झाली.''

तेवढ्यात वरच्या वर्गातला सदू टंगाळे चार पावले पुढे टाकून त्या बॉम्बपर्यंत गेला. सद्या फार धीट आहे. तो बारके बारके सापसुद्धा पकडतो. अजिबात भीत नाही. आमचे सरसुद्धा त्याला घाबरतात. सदूने या बॉम्बचे चांगले दोन मिनिटे नीट निरीक्षण केले. मग हात पसरले. आता तो बॉम्ब हातात घेणार, तेवढ्यात काकडेसरांनी खसक्न त्याला मागे ओढले.

''गाढवा, मरायचं का? एकदम धडाड्धूम आवाज होईल ना. तू मरशील ते मरशील - अन् आम्हालापण मारशील. चल, हो मागे.''

सद्या मागे सरकला. आता मुलांची खूपच गर्दी झाली होती. टीचर्सरूमसमोर गोंधळ सुरू झाला होता आणि ते ऐकता ऐकता सगळेच त्या गोल वस्तूकडे डोळे विस्फारून पाहत होते. त्यात ड्रॉईंगचे जोशी सर होते, गोंधळेकर होते, गणिताचे गोडबोले सरही आता आले होते.

ड्रॉईंगच्या जोशीसरांनी गोंधळेकरसरांना विचारले, ''बॉम्ब म्हणजे काय असतं हो नेमकं?''

गोंधळेकर सर रागावून म्हणाले, ''आता 'बॉम्ब' माहीत नाही? कमाल झाली जोशीसर तुमची! अहो, पूर्वीचे क्रांतिकारक हातांनी बॉम्ब तयार करीत होते. हां. आहात कुठं?''

''हो, पण काय असतं काय त्यात?''

मी हे बोलणे ऐकत जवळच उभा होतो. गोंधळेकर सरांनी काहीतरी सांगितले; पण त्या गोंधळात मला नीटसे ऐकू आले नाही; पण कसलेतरी पिवळे ॲसिड, काचा, खिळे असले काहीतरी असते एवढे समजले. त्याला कुणी हात लावायचा नसतो. हात लावला की तो उडतो. एकदम धडाड्धूम! मग सगळीकडे खिळे, काचा, दगड हे उडतात आणि ते माणसांना लागतात. आत्ता त्या सद्या टंगाळ्याने जर तो बॉम्ब उचलला असता, तर तो आधी मेला असता आणि आपण सगळे जखमी झालो असतो. बॉम्ब ही वस्तू तशी साधीसुधी नव्हे. फार जपून राहायला पाहिजे माणसांनी.

एवढे बोलून गोंधळेकर सर त्या गर्दीतून पुढे आले आणि मुलांवर ओरडले, ''ए, व्हा मागं. मरायचंय का? व्हा मागं.''

हे ऐकल्यावर गर्दी थोडी हटली. काही थोडी पोरे घाबरून खाली गेली आणि गडबडीने खालची दुप्पट पोरे वर आली. गोंधळ कमी तर झाला नाहीच, उलट वाढलाच. शाळेसमोरून मधाचा नवरदेव लग्नाला निघाला होता. ती मिरवणूक पाहत काही पोरे रस्त्यावरच थांबली होती. मिरवणूक पुढे आल्यावर तोही घोळका वर आला.

एवढ्यात तात्या शिपाई वर आला आणि गोंधळेकरसरांना म्हणाला, ''पहिली घंटा देऊ का सर?''

''पहिली घंटा?''

''हां... का?''

सर ओरडले, ''अरे, इथं मृत्युघंटा वाजायला लागलीय अन् पहिली घंटा कसली देतोस? जा, बादलीभर पाणी घेऊन ये जा.''

''बादलीभर पाणी?'' तात्याने तोंड वासले. ''एवढं पाणी कशाला?''

''माझ्या बोडक्यावर ओतायला. जा! आण म्हणल्यावर आणावं. फाजील चौकशा करू नकोस.''

''आणतो की, पण कशापायी?''

यावर मीच तात्याला सांगितलं, ''इथं बॉम्ब ठेवलाय कुणीतरी. तो बघ. त्या तिथं.''

मी बोट करून त्याला ती वस्तू दाखवली. तात्याने लांबूनच ती बारकाईने पाहिली.

''बॉम्ब कुठला आलाय सर! काहीतरीच सांगताय!''

जोशीसर रागावून म्हणाले, ''मग तो काय बुंदीचा लाडू आहे? तू तरी चक्रम डोक्याचाच आहेस, तात्या.''

''पण बादलीभर पाणी कशाला?''

''का हो, कशाला पाहिजे?'' जोशीसरांनी गोंधळेकरांना विचारले.

यावर गोंधळेकर सर पुन्हा रागावले. ते रागावून भराभरा काहीतरी बोलले. त्यावरून सगळ्यांनाच समजले की, बादलीभर पाणी आणून त्या बॉम्बवर ओतायचे असते. असे ओतले, की तो बॉम्ब खलास होतो. मग तो उडत नाही. नंतर तो उचलायला हरकत नसते.

तात्या म्हणाला, ''पण सर, तो बॉम्ब नव्हंच. दुसरंच कायतरी है.''

''मग बघ उचलून.'' गोंधळेकर सर चिडलेले दिसले.

तात्या खरोखरच पुढे सरकला. त्याबरोबर सगळे सर एकदम घाबरलेले दिसले. काही जण तर भराभरा जिन्याच्या तोंडापर्यंत जाऊन पोहोचले. पोरांचा घोळकाही मागे हटला. काही घाबरट पोरे तर दडादडा जिना उतरून खाली पोहोचलीसुद्धा. मला फार हसायला यायला लागले. आज भलतीच मजा झाली शाळेत. आता सगळ्यांनाच खूप हसू येईल.

तात्या त्या गोलाच्या जवळ गेला. खाली वाकला. त्याने दोन्ही हात पसरले. तेवढ्यात एकदम 'धडाड्धूम' असा जोरात आवाज झाला. अगदी मोठ्यांदा आवाज झाला. बाप रे! मग काय? अशी पळापळ झाली म्हणता! काही विचारू नका.

गर्दीतल्या मुलांनी तर धूम ठोकलीच, पण बहुतेक सगळे सरही पळाले. जिन्याच्या तोंडाशी एकच गर्दी आणि चेंगराचेंगरी झाली. काही पोरांनी एकदम गळा काढला. जोशीसरांनी काकडेसरांना एकदम घट्ट मिठी मारली. दोघेही थरथर कापतच राहिले. जे धीट होते, ते ताबडतोब पळाले. जे घाबरट होते, ते मात्र किंचित थरथर कापत उभे राहिले. कुणी कुणी एकमेकांना घट्ट आवळून धरले. कुणी एकदम गळा काढला. कुणाच्या टोप्या पडल्या. कुणाच्या चपला निसटल्या. एकच गोंधळ माजला.

गोंधळेकर सर तर एकदम टीचर्सरूममध्ये गडप झाले. फक्त तात्या अन् मी तेवढे व्हरांड्यात शिल्लक उरलो.

पाच-दहा मिनिटे हा गोंधळ चालू होता.

मग हळूहळू सगळ्यांच्या ध्यानात आले, की तो बॉम्बचा आवाज नव्हता. रस्त्यावरून जी नवरदेवाची मिरवणूक चालली होती, त्या मिरवणुकीत कुणीतरी तोड्याची बंदूक उडवली होती. तिचा हा आवाज होता.

मग हळूहळू स्थिरस्थावर झाले.

खाली गेलेली पोरे पुन्हा वर आलीच नाहीत. चार-दोन सर मात्र पुन्हा जिन्याच्या तोंडाशी डोकावून उभे राहिलेले दिसले.

तात्या मला म्हणाला, ''ए, नुसता बघत काय उभा राहिलास इथं धसकटासारखा?''

''मग काय करू?'' मी नम्रतेने विचारले.

''जा खाली जा. हेडसर आलेत का बघ. त्यांना म्हणावं, वर बोलवलंय.''

मी खाली गेलो. हेडसर नुकतेच आले होते. धडाड्धूम आवाज अन् पोरांची पळापळ त्यांनी पाहिलीच होती. काही सरही खाली पळत आलेले त्यांच्या ध्यानात आले असावे. एक सर तर त्यांच्याच अंगावर जाऊन आदळले. त्यामुळे दोघांच्याही टाळक्याला सट्‌कन लागले. मी गेलो, तेव्हा दोघेही आपली डोकी धरून 'अहाहा... आई गं.' करीत खालच्या व्हरांड्यात उभेच होते.

मी जवळ जाऊन हेडसरांना म्हणालो, ''सर, वर कुणीतरी व्हरांड्यात बॉम्बसारखं काहीतरी ठेवलंय. तुम्हाला तात्या शिपायानं वर बोलवलंय.''

''बॉम्ब? अरे बापरे!'' हेडसरांनी एकदम तोंडाचा आ केला. डोळे मोठ्ठे केले. ''बरं बरं. आलो म्हणावं.''

हेडसर एकेक पायरी सावकाश चढत वर आले. मीपण मांजरासारखा त्यांच्यामागोमाग वर आलो. जिना संपल्याबरोबर पुढे न येता त्यांनी तिथूनच विचारले, ''तात्या, कुठाय रे तो बॉम्ब?''

तात्याने त्या गोल वस्तूकडे हात केला, ''हा काय इथं, बॉम्ब कुठला आलाय, साहेब.''

''मग?''

''काहीतरी चावटपना आसंल कुनाचा तरी. बॉम्ब नव्हं हा.''

आमचे हेडसर फार कायदेशीर होते. प्रत्येक गोष्ट ते त्या दृष्टीने पाहत. दोन पावले पुढे येऊन ते म्हणाले, ''ते काही असो. बॉम्बची शंका आहे ना? मग पोलिसांना बोलावणं पाठवू. पोलिसांना येऊ दे. ते बघून घेतील सगळं.''

''पण सर...''

''अंहं... आपण नाही त्या भानगडीत पडायचं.''

''मी उचलून दाखवू का साहेब?''

हेडसर एकदम मागे सरकले.

''छे छे! तसले काही करू नकोस उपद्व्याप. अन् उचलायचा असेल तर तुझ्या जबाबदारीवर उचल. जर काही वेडंवाकडं झालं, तर संस्थेवर जबाबदारी नाही. नीट लक्षात ठेव. थांब, मी आधी खाली जातो. मग उचल.''

तात्या रागावून बोलला, ''मग माझं तरी काय अडलंय? राहू द्या हितंच.

मी पण चाललो खाली. एवढं आमी जिवाच्या करारावर कामं करायची अन् तुम्ही म्हणायचं.''

मग मात्र मी एकदम पुढे झालो. कुणाला काही न सांगता एकदम त्या गोल ठोकळ्याजवळ गेलो. तो ठोकळा दोन्ही हातांनी उचलला. ''अरे अरे.'' करीत दोघे-तिघे घाबरून ओरडले. हेडसर तर घाईघाईने एकदम जिन्याच्या तोंडाशी जाऊन पोहोचलेले दिसले.

तो ठोकळा हातात उंच धरून मी म्हणालो, ''बॉम्ब नाहीये सर हा. कसला तरी ठोकळा आहे लाकडी.'' एवढे बोलून मी एकदम तो ठोकळा खाली टाकून दिला. ''बघा, आहे ना ठोकळा?''

आमचे हेडसर तसे धीट आहेत. मी ठोकळा खाली टाकल्यावर ते तरातरा पुढे झाले. त्यांनीही अगदी शूरपणाने तो उचलून हातात घेतला. नीट तपासून पाहिला. मग ते फार संतापलेले दिसले. मोठ्यांदा ओरडून ते म्हणाले, ''कुणीतरी फाजीलपणा केलेला दिसतोय मुद्दाम हा! हे पोरासोराचं काम नाही. मोठ्या माणसाचं काम आहे. मी खात्रीने सांगतो.''

''कुणाचं काम, सर?'' मी नम्रतेने पुन्हा एकदा विचारले.

''एक्स्टेक्शन मिळू नये, म्हणून मला बदनाम करण्याचे उद्योग चाललेत, हे सगळे. कळतंय मला सगळं. बॉम्ब नसणार, असं वाटलंच होतं मघाशी मला!''

मग माझी पाठ थोपटून ते म्हणाले, ''शाबास. असा धीटपणा पाहिजे. मी नेहमी मुलांना सांगत असतो, की धीट व्हा. त्याशिवाय तुम्हाला जीवनात यश मिळणार नाही.''

''हो सर, परवाच तुम्ही सभेत सांगितलं होतं.''

''करेक्ट... तू बरोबर लक्षात ठेवलंस. शाबास!'' त्यांनी कौतुकाने मान हलवली. पुन्हा एकदा माझी पाठ थोपटली.

''तुझं नाव काय?''

''मधू.''

''म्हणजे तू आपले ते हेडक्लार्क लावालावकर, त्यांचा मुलगा ना तू?''

''लावालावकर नाही सर, वालावलकर.'' मी चुकीची दुरुस्ती केली.

''तेच ते - दोन्ही एकच. जा पळा आता. बसा वर्गात. या वर्षीच्या मॅगॅझिनमध्ये तुझा फोटो छापू आपण.''

त्या दिवशी पहिले दोन तास वाया गेले. मग शाळा सुरू झाली.

रात्री अंथरुणात तोंडावर पांघरूण घेऊन मी पडलो होतो. बाबांचे आणि आईचे बोलणे चालले होते. मध्येच माझे नाव ऐकू आले, म्हणून कान देऊन मी ऐकू लागलो.

बाबा म्हणत होते, ''अगं, ऐकलंस का? आपल्या मध्याचे हेडमास्तर भेटले होते संध्याकाळी. मध्यानं केवढा धीटपणा दाखवला. सगळी आजची हकिकत सांगत होते. मुलगा फार हुशार आहे म्हणत होते.''

यावर आईचा कधी नव्हे तो हसण्याचा आवाज ऐकू आला.

''मग? वळण कुणाचं आहे? माझ्या शिस्तीत वाढलाय तो. वाया नाही जायचा. खात्रीच आहे माझी.''

देव पावला

गाव संपता संपता एस.टी.चे बसस्थानक होते. जवळून मोठा रस्ता स्टेशनकडे गेला होता. त्यामुळे त्या रस्त्यावरून माणसांची, वाहनांची गर्दी दिवसभर वाहत राही. रिक्षा, टांगे, छकडे सारखी धूळ उडवीत जात. जवळपास हॉटेले होती. तेथेही माणसांची गर्दी असे. दिवसरात्र तो परिसर गजबजलेला असे.

स्टँडला लागूनच गावचे मुख्य पोलीसठाणे होते. इमारत नवीन बांधलेली असल्यामुळे अजून तरी शोभिवंत दिसत होती. प्रशस्त आवार. चारही बाजूंना तारेचे कुंपण. पटांगणाच्या बरोबर मध्यावर झेंडा फडकवण्यासाठी उभा केलेला उंचच्या उंच खांब. त्याभोवती लहानसा गोल पार. पाराभोवताली फुलांच्या कुंड्या.

संध्याकाळची वेळ होती. दिवस बुडण्याच्या बेतात होता. इन्स्पेक्टर देवसाहेब त्या प्रशस्त आवारात खुर्ची टाकून बसले होते. उन्हाळ्याचे दिवस. आत खोलीत पंखा असला, तरी अंगाची तलखी होत होती. पटांगणात नाही म्हटले तरी मोकळा वारा होता. जिवाला बरे वाटत होते. साहेब दमूनभागून पाय आरामशीर पसरून आणि दोन्ही हात डोक्याच्या मागच्या बाजूला बांधून स्वस्थ बसले होते. मधूनच 'हुश्श' करून दमल्याचा सुस्कारा सोडीत होते. आज कागदपत्रे चाळूनचाळून आणि कसले कसले रिपोर्ट बघून बघून त्यांचा पिट्टा पडला होता. आत्ता कुठे ते मोकळे झाले होते.

नारायण कॉन्स्टेबल आत-बाहेर करीत होता. त्याला साहेबाशी काहीतरी बोलायचे होते, पण धीर होत नव्हता. मध्येच तो साहेबाच्या जवळपास उभा राही. उगीचच इकडेतिकडे फेऱ्या मारी. मध्येच तो आत जाई. पुन्हा थोड्या वेळाने बाहेर येई.

त्याचे ते घुटमळणे साहेबांच्या लक्षात आले. त्याच्याकडे एक ओझरती दृष्टी टाकून त्यांनी विचारले, ''नारायण, का रे? आत-बाहेर का करतोस मघापासनं? काही काम आहे का? का व्यायामबियाम चाललाय?''

खरे म्हणजे साहेबाशी बोलण्यासाठीच नारायण मघापासून टपला होता; पण साहेबांनीच सरळ प्रश्न केल्यावर तो नाही म्हटले तरी गडबडला. कारण साहेब तसे फाटक्या तोंडाचे. केव्हा काय बोलतील, याचा नेम नाही.

''न-नाही म्हणजे - थोडं काम होतं.''

''रजाबिजा मिळायची नाही हां. आधीच सांगून ठेवतो. उद्यापासनं गणपतीची गडबड पुन्हा सुरू होतेय. लोकांचा गणपतीउत्सव म्हणजे आपली धुळवड. दहा-बारा दिवस अजाबात रजेचं बोलायचं नाही.''

''रजा नाही, साहेब.''

''मग?''

''थोडा वेळ घरी जाऊन येऊ का, सायेब?''

''कशाला? बायकोचं तोंड बघून यायचंय? आं? किती वर्षं झाली रे लग्नाला?''

साहेबाच्या विनोदाला एकदम हसायचे असते आणि जरा जास्तीचेच हसायचे असते, हा नियम नारायणला पूर्ण ठाऊक होता. त्यामुळे तो एकदम हसला. थोडी नम्रता दाखवीत हसला. साहेबही हसले.

''धा वर्षं झाली की. दोन पोरं झाली. आता कशाचं साहेब.''

''मग?''

''उद्या गणपती बसायचा ना? अजून बाजारात जाऊन गणपती आणायचाय. पूजेचं सामानबिमान आणायचंय. पोरांना कबूल केलंय, घेऊन जाईन बाजारात म्हणून. ती वाट बघत असतील म्हणून विचारलं.''

साहेब जरा विचारात पडले. साहेब असूनही ते दयाळू वगैरे होते. आश्चर्य म्हणजे हाताखालच्या माणसांच्या अडचणी त्यांना समजत असत. जमले, तर ते त्यांना थोडी सवलतही देत; पण याला आत्ता सोडले तर ठाण्यात आत्ता दुसरे कोणी नाही. कुणी बंदोबस्ताला गेलेले, कुणी तपासाला पाठवून दिलेले. एक-दोघे अजून असतीलही, पण लेकाचे सगळे सांगकामे. एकाचा धड उपयोग नाही. असून अडचण नसून खोळंबा, अशातली गत.

''सकाळीच का नाही सगळं करून ड्युटीवर आलास? आत्ता ऐन वेळी हे धसकट मला कशाला सांगतोस?''

नारायण गप्प उभा राहिला. मान खाली घालून गप्प राहिला. अगदी पुतळ्यासारखा.

''ए, कुणाला बोलतोय मी? जरा तोंड उचकट की. सकाळीच का नाही आणला गणपती? का संध्याकाळचा आणला, तरच गणपतीबाप्पा पावतो भक्ताला? बोल की. एरवी लेका, राघूसारखा बोलत असतोस. आता का दातखिळी बसली रे?''

साहेबांनी असा बराच भडिमार केला. त्यावर नारायण हळूहळू तोंडातल्या तोंडात गुळुमुळूकाटेकुटे करीत काहीतरी बोलला. त्यावरून साहेबाला एवढाच बोध झाला की, मुख्य अडचण पैशाची आहे. गणपती काय, उद्या सकाळीही आणता येण्यासारखा आहे; पण मूर्ती, पूजेचे सामान, मखरबिखर, किराणा माल इत्यादी गोष्टींसाठी जे पैसे लागतात, ते नारायणजवळ नाहीत. हे पैसे कुणाकडून तरी उसनवार

घेण्यासाठी त्याला वेळ हवा आहे. चार लोकांना भेटून, तोंड वेंगाडून मागितले, तरच ते मिळण्यासारखे. नाहीतर सणासुदीच्या दिवशी शंभर रुपये कोण देणार? होय, शंभर रुपये तरी निदान पाहिजेच! म्हणून थोडा वेळ तरी जाऊन यायला पाहिजे.

''एवढा लेका गणपती-भक्त आहेस, तर इथं बसून त्याची प्रार्थना कर. देवा, मला कुठूनतरी शंभर रुपये आणून दे म्हणून. बघू देव देतो का ते.''

नारायण गप्प उभा राहिला. या बोलण्यावर उत्तर काय द्यायचे?

''पोलीसखात्यात असून रांडीच्या पैशाची अडचण आहे म्हणून सांगतोस? काही वाटतं का जिवाला तुझ्या?''

नारायण धाडस करून म्हणाला, ''तुम्ही इथं आल्यापास्नं वरकड प्राप्ती बंद आहे. मटका बंद, दारूचे अड्डे बंद, जुगार बंद... कसं काय आम्ही करायचं?''

साहेब ही स्तुती ऐकून खुलले. ते पोट धरधरून हसले.

''अरे, आपल्याला काही कमी नाही. मग कशाला पाचपन्नास रुपये खात बसायचं? आं? अरे, तो 'मिस्टर क्लीन' होता ना, तर मी मिस्टर 'ड्रायक्लीन' आहे, समजलास?''

साहेबाचे बोलणे फारसे खोटे नव्हते. कुठल्याही भानगडीत त्यांनी स्वत: पैसा खाल्ला नव्हता. नारायणाला अनुभवाने ती गोष्ट ठाऊक होती. एखादी भानगड पोलीस ठाण्यापर्यंत आलीच, तर ते तिकडे दुर्लक्ष तरी करीत किंवा चार शिव्या हासडून, एकदोन लाथा घालून मंडळींना परत पाठवून देत. त्यांच्याकडून पैसेबिसे घेत नसत. साहेबांचे ठीक होते. त्यांच्या घरची दाबून इस्टेट होती. शिवाय बायकोच्या माहेरचे डबोले आले होते. साहेबाला पैशाची गरज नव्हती. त्यांचे ठीक झाले, पण आपले काय? आपण काय करायचे?

''बस मुकाट्यानं तिथं. फार तर हात जोड अन् बाप्पा मोरयाला साकडं घाल. बघू तुला गणपतीचा प्रसाद मिळतो का? जा.''

साहेबांचे हे बोलणे अंतिमच होते. आता जास्ती बोलण्यात काही अर्थ नव्हता. एकूण वेळ कठीण होती. पोरे तिकडे वाट बघत असतील. मूर्तीसुद्धा आपण सांगून आलोय. ती मूर्तीसुद्धा आपली वाट बघत असेल, पण काही इलाज नाही. प्रार्थना कर म्हणे! अशी प्रार्थना केल्यावर लगेच देव पावला असता, तर पोलीसखात्यात कॉन्स्टेबल म्हणून इतकी वर्षे कशाला काढली असती? साहेब होऊन कुठेतरी बंगला बांधला नसता का?

नारायण मागे वळला. ऑफिसच्या दारात जाऊन निमूटपणे उभा राहिला. नकळत त्याने हात जोडले. त्यानं खरोखरीच देवाची विनवणी केली, हे बघून साहेबांना हसू आले. ते समोरच्या वाहत्या रस्त्याकडे बघत राहिले.

संध्याकाळची वेळ. सहा-साडेसहाचा सुमार असेल. माणसांची गर्दी वाढली होती. टांगे, रिक्षा चालल्या होत्या. स्टँडवरून बसेस सुटत होत्या. काही स्टँडकडे येत होत्या. निरनिराळे आवाज येत होते. मधूनमधून गार वाऱ्याची झुळूक येत होती. एवढ्यात बाहेरगावाहून आलेली एक एस. टी. बस रस्त्यावरून वळली आणि पुढे स्टँडकडे न जाता एकदम पोलीसस्टेशनच्या आवारातच घुसली. आतल्या पटांगणात मध्यावर येऊन थांबली.

साहेब खवळले.

''च्यायला, हे एस. टी. चे ड्रायव्हर दिवसाही पिऊन गाड्या चालवतात का काय? स्टँडवर गाडी न्यायची सोडून इथं पोलीस-ठाण्यावर गाडी घुसवतो! नालायक भोसडीचे! नारायण, कोण ड्रायव्हर आहे बघ रे? हिकडं ये म्हणावं.''

पण नारायणला बघण्याचे कारणच पडले नाही. बसमधून एस. टी.चा ड्रायव्हर स्वत:च खाली उतरला. पाठीमागचे दार उघडले गेले आणि कंडक्टरही खाली उतरला. दोघेही चालत चालत साहेबाकडे आले. सलाम ठोकून उभे राहिले. दोघेही वयस्कर दिसत होते. प्यायलेलेही वाटत नव्हते.

''का रे? स्टँड कोणता अन् पोलीस-ठाणं कोणतं - दिवसासुद्धा समजंना का? आं? जरा आयसाईट तरी तपासून घ्या. का डोळ्यांत वाती घालू तुमच्या?'' साहेब गुरगुरले.

म्हाताऱ्या कंडक्टरने हात जोडले.

''तसं न्हाई, साहेब.''

''मग?''

''मुद्दामच गाडी आत आणलीय, साहेब.''

''मुद्दाम? म्हणजे कमाल झाली! फार जात माजली की रे तुमची!..''

ड्रायव्हर-कंडक्टरच्या मुद्रेवर या सगळ्या भडिमाराचा काहीही परिणाम झालेला दिसला नाही. पोलीसखात्यातल्या साहेबांचे बोलणे असेच मनोरंजक असणार, हे त्यांना अनुभवाने ठाऊकच असावे.

''तसं न्हवं, साहेब. पॅसिंजरची जरा भानगड आहे. म्हणून तुमच्यापत्तुर आलोय.''

भानगड म्हटल्यावर साहेब एकदम ताठ झाले. त्यांनी कान टवकारले.

''कसली भानगड?''

''आमची बस काशेगावला निघालीय. मुक्कामाची बस हाये, साहेब. लास्ट गाडी. चिकार गर्दी झालीय. त्यातच पाच-सात गडीमाणसं, दोन-चार बाया ऐन टैमाला घुसल्या गाडीत. शेवटची गाडी म्हणून आमीबी घेतलं त्यांना.''

''बरं मग?''

''गावाबाहेर गेलो. मी तिकटं फाडीत फाडीत ह्या लोकांकडं गेलो, तर तिकटंच काढायला तयार न्हाईत. न्हाई देत पैशे अन् न्हाई काढत तिकटं, म्हणायला लागले. मी लै दादाबाबा करून सांगितले, पन ऐकायला तयार न्हाईत. म्हनलं, परत नेतो गाडी. तर न्या म्हणाया लागले. लै आगाऊ मानसं हैत. म्हणून गाडी हितं आनली. आता तुमीच सांगा सायेब त्यांना.''

साहेबांना प्रकरण समजले. कुठले तरी टोळके गाडीत घुसले होते आणि तिकिटे न काढता त्यांनी दांडगाई चालवली होती. त्यात दोन-चार बायामाणसेही होती. म्हणजे कमाल झाली! इतक्या लोकांच्या गुंडगिरीपुढे एक म्हातारा कंडक्टर बिचारा काय करणार? ड्रायव्हरही पोक्त आहे. ठीक आहे, या देवसाहेबाचा हिसका दाखवतोच त्यांना.

साहेब खुर्चीवरून उठले.

''नारायण, त्या सगळ्या संतमंडळींना आत घेऊन ये. अन् त्यात मीराबाई, जनाबाई... त्यांनापण बोलवलंय म्हणावं. जरा सत्कार करू त्यांचा.''

साहेब आत ऑफिसात गेले. नारायण कंडक्टरबरोबर गाडीकडे गेला. कंडक्टरने माणसे दाखवली. मुद्रेवरून रासवट दिसतच होती, पण आता जरा बिचकली होती. नारायणाने सगळ्यांना खाली उतरायला सांगितल्याबरोबर ती मंडळी मुकाट्याने खाली उतरली. दोन-तीन बायका उतरल्या. कलाकला करू लागल्या. नारायण तो घोळका घेऊन आत साहेबाकडे आला.

इकडेतिकडे हिंडत असलेले दोन-तीन पोलीसही काहीतरी घोळ आहे, पाहून ऑफिसमध्ये आले. मोठ्या दाराशीच थांबून आत काय चालले ते बघू लागले.

साहेबांनी त्या घोळक्याकडे जरा निरखून पाहिले. सगळी तरणीबांड कंपनी होती. विशी-पंचविशीतली. एखादादुसरा तिशीतला असेल. लाल धोतरे, कानशिलाची भजी झालेली. डोळे बेदरकार. दोन-तीन बायकाही तरण्याताठ्याच दिसत होत्या. त्यांच्यापैकी कुणीही काही बोलले की, तोंडाला पदर लावून फिदीफिदी हसायच्या. उगीचच लचकणाऱ्या. एकूण काम सरळ दिसत नाही. गावातले हे टगे रंगढंग करायला इथे आले असतील, दुसरे काय?

साहेबांनी अगदी नेहमीच्या आवाजात पहिल्यांदा जुजबी माहिती प्रत्येकाला विचारली. नाव-गाव, धंदापाणी... मग एकदम आवाज चढवला. मुद्रा आक्रस्ताळी केली. एकदम गरजलेच.

''मौजमजा, चैनचमन करायला तालुक्याला आला व्हय रे भोसडीच्यांनो? चापाणी, मिसळबिसळ झालं का नाही हाटेलात?''

''हां, समदं झालं, सायेब.''

एक जण त्यातल्या त्यात बेपर्वाईच्या सुरात बोलला. साहेबाच्या या दबावतंत्राचा

आपल्यावर काहीही परिणाम झालेला नाही, असे बहुधा त्याला सुचवायचे असावे.

''गुलुगुलू गोष्टी झाल्या का न्हाईत हाटेलात? मांडीला मांडी लावून? काय?''

सर्व कंपनी गप्प उभी राहिली.

''अन् शिनेमा झाला का नाही? अंधारात हातात हात घालून?''

''हा समदं झालं.'' पुन्हा तोच पठ्ठ्या बोलला.

''चैनीला पैशे आहेत नाही का? आन् एस. टी.चं तिकीट काढायला पैशे नाहीत? यष्टी काय तुमच्या बापाच्या मालकीची आहे? का काढली नाहीत रे तिकिटं?''

शेवटचा प्रश्न विचारताना साहेबांनी आपला आवाज आणखी वर चढवला. सगळे चूपचाप झाले. मग तो मघाचा धटिंगण म्हणाला, ''काई न्हाई, उगी मजा केली. म्हनलं, आज कुणीच काढायची न्हाईत तिकटं. हमेशा काढतोच. आज फुकाट जायाचं, म्हनलं, 'चला फुकाट तर फुकाट,' म्हनून न्हाई काढली.''

त्याच्या बोलण्यात अजूनही उद्धटपणा होता. साहेब खवळले. त्यांच्या नाकपुड्या फुगल्या. नारायण चमकला. साहेबांच्या नाकपुड्या फुगल्या, म्हणजे समोरच्या माणसाची धडगत नाही, हे त्याला अनुभवाने ठाऊक झाले होते. आता पुढे काय होते, हे तो मुकाट्याने पाहत राहिला.

''उगी आपली मजा केली व्हय? तुमच्या आयला तुमच्या. आज आमच्या पण मनात आलंय, जरा तुमची मजा करावी म्हणून. नारायण, बजरंग...''

भराभरा दोघे-तिघे पोलीस पुढं झाले. अदबीने उभे राहिले.

''काय, साहेब?''

''आज आपणपण मज्जा करायची. ह्या खोंडाला न्या आतल्या खोलीत. अन आपली मज्जा दाखवा घटकाभर.''

साहेबाच्या ह्या बोलण्यावर अपील नव्हते. दोघा-तिघांनी मिळून त्या धटिंगणाच्या दंडाला धरले आणि मान हलवून आतील खोलीकडे चलण्याची खूण केली. तो जरा दबकलाच होता, पण काही न बोलता मुकाट्याने त्यांच्याबरोबर आतल्या खोलीत गेला. आता मात्र त्या दोघी-तिघी आवा भ्यालेल्या दिसल्या. त्यांची तोंडे कसनुशी झाली.

आतल्या खोलीत काहीतरी कुजबूज ऐकू येऊ लागली. मग एकदम ओरडण्याचा आवाज ऐकू आला. त्यापाठोपाठ धडपड, धडपड आणि पुन्हा जोरदार आरडाओरडा. काहीतरी हाणामार चालू आहे एवढे नक्की. सगळी कंपनी हादरलीच. एकेकाची तोंडे एवढीएवढी झाली. पाठोपाठ एक जोरदार किंकाळी अन् ठोठो करून बोंबलल्याचा आवाज आल्यावर तर सर्वांची गाळणच उडाली.

मग साहेब खुर्चीवरून उठले. त्या टोळक्यासमोर उभे राहिले.

''मज्जा करावी वाटली नाही का? यष्टीनं फुकट जावं वाटतंय? आं?''

- असे म्हणून त्यांनी खाडकन् समोरच्या गड्याच्या तोंडात एक भडकावली. तो धडपडत बाजूला गेला आणि गाल चोळत मुकाट्याने उभा राहिला. मग साहेबांनी दुसऱ्या गड्याच्या कंबरड्यात एकदम लाथच घातली. इतक्या जोराने, की तो धाडकन खालीच आपटला.

तेवढ्यात आतल्या खोलीतून पुन्हा एक जबरदस्त किंकाळी अन् ठोठो करून बोंबलण्याचा आवाज आला.

आता मात्र टगेकंपनीचा धीर सुटला. एका बाईने पटकन साहेबांचे पाय धरले.

''चुकलं, सायेब आमचं. माफी करा. एकबार माफी करा. पुन्हा साहेब आसं न्हाई करनार आमी.''

साहेब करड्या सुरात म्हणाले, ''ऊठ. उगीच नाटकं करू नकोस. अशी रोज आम्ही नाटकं बघत असतो. ऊठ मुकाट्यानं.''

ती बाई थरथर कापतच उठली. हुंदके देऊन रडू लागली. साहेबांनी दुसऱ्या बाईकडे नुसती नजर फिरवली. त्याबरोबर तिने एकदम मोठ्याने गळाच काढला.

''ए, रडायला काय झालं भवाने तुला? कुणी मेलंय काय इथं? असली सोंगं घरी करायची, हितं न्हाई. नारायण, घे तिला बाजूला अन् घाल कंबरड्यात लाथ हिच्या.''

त्याबरोबर पुन्हा त्या बाईने मोठा गळा काढला. पांढराफटक चेहरा करून नारायणकडे पाहिले, पण नारायण जागचा हलला नाही. हा साहेबांचा पोकळ दम आहे, हे त्याला ठाऊक होते. साहेब कितीही बोलले, तरी बायामाणसाच्या अंगाला हात लावू देणार नाही, याची त्याला कल्पना होती. जी काय धिंगामस्ती करायची ती गड्यामाणसाशी, बायकांशी नव्हे. ही साहेबाची रीत त्याला माहीत होती. त्यामुळे तो जागचा हलला नाही.

''नारायण,'' साहेब ओरडले. त्यांनी मुद्रा भीषण केली.

''जी साहेब -'' एवढे म्हणून नारायण एकच पाऊल पुढे सरकला.

''घाल तिच्या कंबरड्यात लाथ... न्हाईतर असं कर - ती काठी घे अन् हाण तिच्या गुडघ्यावर चार टोले! घरी जायलाच नको. इथल्या इथनं हॉस्पिटलात देऊ पाठवून. होऊ दे फ्रॅक्चर एकतरी हाड.''

मग मात्र गलितगात्रे झालेला एक जण पुढे झाला. त्याने हात जोडले.

''नका साहेब मारू. आम्ही काढतो तिकिटं.''

''अन् सगळ्यांचा एवढा टाईम फुकट घालावलात ते?''

''काय तुमी म्हणाल ते. साहेब, दंड भरा म्हणलं, तर दंड भरतो.''

''आत्ता जरा ताळ्यावर आलात रे!'' साहेबांनी समाधानाने मान हलवली.

मग कंडक्टरला हाक मारली.

''ओ म्हातारबाबा.''

चष्मा सावरीतच कंडक्टर पुढे आला. त्यानेही नकळतच हात जोडले.

''जी साहेब.''

''किती तिकीट आहे कासेगावचं?''

''दोन रुपये.''

''सगळ्यांचे किती पैशे झाले?''

''आठ दुणे सोळा रुपये.''

''धा धा रुपये तिकीट लावा भडव्यांना. आठ दाही ऐंशी घ्या.''

''जास्ती काय करायचेत सायेब आमाला? तिकिटाचे मिळाले, म्हणजे बास!''

''ठीक आहे. तुमचे तुमी घ्या. बाकीचे ठेवा हितं.''

मग त्या लोकांकडे वळून साहेब गरजले, ''ए, काढा रे पैशे लवकर.''

थरथर कापत एक जण म्हणाला, ''एवढे पैशे न्हाईत आमच्याजवळ, सायेब.''

''पुन्हा खोटं बोलता व्हय रे? हरामखोरांनो, चैनीला पैशे आहेत अन् दंड भरायला पैशे न्हाईत? आता दंड वाढला. नारायण ह्यांच्याकडनं दीडशे रुपये मोजून घे. न्हाईतर आज लॉकअपमध्येच ठेवतो साल्यांना! उद्या बघू काय करायचं ते.''

सगळी कंपनी चुळबुळ करू लागली. एकमेकांकडे पाहू लागली. आतून पुन्हा आरडाओरड ऐकू आला.

साहेब नारायणवर खवळून ओरडले, ''उघड लॉकप. आन् घाल सगळ्यांना आत. किल्ली आहे ना तुझ्याजवळ?''

नारायणला सगळे ठाऊक होते. ऑफिसात लॉकअपची काहीच व्यवस्था नव्हती. ती जागा वेगळी होती, पण नारायणने गंभीर मुद्रेने मान हलवली. खिशात हात घातला. घरच्या संडासाची एक किल्ली त्याच्याजवळ नेहमी असायची. ती त्याने बाहेर काढली. हवेत उंच धरून साहेबाला दाखविली.

''ही काय किल्ली, सायेब. उघडू का लॉकप?''

''उघड लौकर. काय मुहूर्त बघतोस काय? उघड चटकन अन् कोंब ही मेंढरं आत. बघू उद्या.''

आता मात्र कंपनीची सहनशक्ती संपली. त्यांनी एकमेकांकडे पाहिले. प्रत्येकाने आपले खिसे चाचपले, पैसे बाहेर काढले. त्यांच्या म्होरक्याजवळ दिले. त्याने ते मोजले. दीडशे रुपयांच्या नोटा साहेबांच्या टेबलावर ठेवल्या.

''कंडक्टर, तिकिटाचे पैशे घ्या तुमचे. घेऊन जा गाडी अन् सोडा भडव्यांना काशेगावला. पळा तुमाला उशीर होतोय. ए, आणा त्याला बाहेर.''

हे शेवटचे वाक्य आतल्या पोलिसांना उद्देशून होते. त्यांनी त्या धटिंगणाला

बाहेर आणून उभे केले. तो पार पेकाळला होता. आत त्याला चांगलाच दणका बसला असावा.

''कळला का पोलिसाचा प्रसाद कसा असतो ते?'' साहेब त्याच्याकडे पाहून गरजले, ''आता जरा डोस्कं ठिकाणावर ठेवून वागत चला. हं, सुटा.''

कंडक्टरने टेबलावरच्या पैशातून फक्त सोळा रुपये उचलले. मग साहेबाला सलाम करून कंडक्टर-ड्रायव्हर दोघेही हलले. बाहेर पडून गाडीकडे गेले. त्यांच्यापाठोपाठ ती कंपनीही हलली. माना खाली घालून मुकाट्याने बसकडे गेली. बसमध्ये सर्व जण चढले. कंडक्टरने दार ओढून घेतले. गाडी सुरू झाली. पुढचे दोन दिवे चमकले. त्यांचा प्रखर झोत सबंध पटांगणातून ऑफिसमधून फिरला. मग गाडीने वळण घेतले. झेंड्याला उजवे घालून ती रस्त्यावर आली आणि आपल्या मार्गाला लागली.

आता बाहेर अंधार दाटला होता. रस्त्यावर सर्वत्र दिवे झगमगत होते. वाहनांचा कोलाहल वाढला होता. थंडगार वारा वाहत होता.

ऑफिसमधले दिवेही आता लागले होते.

नारायण मनाशी विचार करीत होता. त्याला जरा आश्चर्य वाटत होते. साहेब नुसता दम भरतो, फार तर चार टोले लगवायला सांगतो; पण पैसे कधी कुणाकडून घेत नाही; पण आज त्याने मंडळींना भलताच प्रसाद दिला आणि पैसे कसे काय घेतले. शंभरसव्वाशे रुपये टेबलावर तसेच पडले होते. एवढी किरकोळ रक्कम साहेबाने घ्यावी? घेऊन घेऊन एवढेच?

झालेल्या प्रकाराचा साहेबांनाही थोडा ताप झाला असावा. कारण ते थोडा वेळ खुर्चीमध्ये तसेच विचार करीत बसून राहिले. सर्वत्र सामसूम झाली. मग एकाएकी आठवण झाल्याप्रमाणे ते भानावर आले. नारायणकडे पाहून ते शांतपणे म्हणाले, ''अरे, तुला घरी जायचं होतं ना? गणपती आणायला?''

''हो साहेब, पण एकदम मधीच ही भानगड.''

''भानगड कसली? देव पावला बघ तुला. त्यानंच धाडली ही माणसं.''

''म्हणजे?'' नारायणला त्यांचे बोलणे समजले नाही.

साहेबांनी नुसती टेबलावरील पैशाकडे खूण केली.

''ते उचल, किती आहेत बघ.''

नारायणने नोटा उचलल्या. तोंडात बोट घालून ते ओले केले, भराभरा पैसे मोजले.

''एकशे चौतीस आहेत, साहेब.''

''ठीक, आता असं कर.''

''काय?''

''ते चौतीस देऊन टाक त्या दोघांना.'' साहेबांनी लांब उभे असलेल्या दोघा पोलिसांकडे अंगुलीनिर्देश केला.

''बरं.''

''आणि -'' असे म्हणत साहेबांनी खिशातून सिगारेटची पेटी आणि लायटर बाहेर काढला. एक सिगारेट काढून ती पेटवली. तिचा मनसोक्त झुरका घेऊन त्यांनी धुराची एक लांबलचक नळकांडी हवेत सोडली.

मग ते शांतपणे म्हणाले, ''अन् ते शंभर रुपये तू घेऊन जा. गणपतीची प्रार्थना केलीस. देव खूश. पैसे चालत आले बघ तुझ्याकडं. जा, नीघ. पोरं वाट बघत असतील घरी. पळ.''

भोकरवाडीतील बॉम्बस्फोट

बातमी सर्वांनाच अस्वस्थ करणारी होती. एरवीच्या वर्तमानपत्रातील बातम्या साध्यासुध्या असतात. कुठे अपघात होऊन माणसे मेली, कुठे विषारी दारू पिऊन माणसे खलास झाली. कुठे उगीचच्या उगीच काही कारण नसताना माणसे ठार झाली. काही ठिकाणी सासरच्या लोकांनी घरात नवीन आलेल्या सुनेला जाळून मारण्याचा उद्योग केला. काही ठिकाणी पूर येऊन लोकांचे नुकसान झाले. या बातम्या वाईट होत्या, पण त्यात काही नवीन नव्हते. रोज रोज त्याच त्या बातम्या ऐकून त्यातील भयंकरपणा नाहीसा झाला होता. अतिरेकी नावाची माणसे विनाकारण कुणावर तरी हल्ला करून त्यांना ठार मारीत आहेत, ही बातमीसुद्धा आता बातमी राहिली नव्हती. तीही रोजचीच घटना झाली होती. गणामास्तराने ताजे वर्तमानपत्र नुसते उघडले, तरीसुद्धा 'आज किती लोक मेले?' असा प्रश्न नाना चेंगट विचारीत असे. एकदा तर काहीच बातमी नव्हती तेव्हा, 'आज कुनी मेलं न्हायी वाटतं?' असाही अभिप्राय व्यक्त करायला त्याने कमी केले नव्हते. सारांश काय, कुठलीही बातमी ऐकून अस्वस्थ व्हावे, असे अलीकडे काही घडलेच नव्हते.

आज मात्र मंडळी अस्वस्थ होती. वातावरण थोडे गंभीर झाले होते.

बातमीच तशी होती. दिल्लीत आणि कुठेकुठे बॉम्बस्फोट झाले होते. रस्त्यात कुणीतरी ट्रान्झिस्टर टाकून दिला होता. एखादे डबडे, खोके पडलेले होते. ते जाणाऱ्या-येणाऱ्याने उचलले. त्याबरोबर धडाड्धूम असा आवाज होऊन बॉम्बचा स्फोट झाला. काही माणसे मेली. काही गंभीरपणे घायाळ झाली. हे काम अतिरेक्यांचेच होते, हे निःसंशय! म्हणून सरकारने इशारा दिला होता की, रस्त्यात, वाटेत, बाजूला, कचराकुंडीपाशी कुठेही अशा तऱ्हेच्या वस्तू पडलेल्या आढळल्या, तर त्यांना अजिबात हात लावू नका. फार मोठा धोका आहे. अशा वस्तूत एखादा जिवंत बॉम्ब असण्याची शक्यता आहे. तो उडाला, तर अनेक जण मरण्याची शक्यता आहे. म्हणून अशा गोष्टींना अजिबात हात लावू नका. पोलिसांना याची खबर द्या. म्हणजे ते येतील आणि या वस्तू खबरदारीने उचलून घेऊन जातील आणि नाहीशा करतील. हा प्रकार कुठेही घडण्याचा संभव आहे.

गणामास्तरने हीच बातमी वाचून दाखविली होती. ती वाचताना त्याने तोंड जास्तच लांबोडके केले होते. आवाजही घोगरा लावला होता. त्यामुळे कंपनी आज फारच अस्वस्थ मन:स्थितीत होती. काय बोलावे, हे कुणालाच सुचत नव्हते.

वेळ नेहमीप्रमाणे रात्रीची होती. आसपास सामसूम झाले होते. बऱ्याच दिवसांनंतर या चार-दोन दिवसांत पावसाने उघडीप दिली होती. रस्ते कोरडे झाले होते, पण कडेकडेने वाळलेला चिखल अजून दृष्टीला पडत होता. पाण्याचे एखादे गढूळ डबके अजून कुठेतरी जीव धरून होते. आभाळही स्वच्छ होते. थोडेसे चांदणे पडल्यासारखा मंद उजेड होता. कोरड्या झालेल्या गणामास्तरच्या कट्ट्यावर बऱ्याच दिवसांनी बैठक जमली होती, पण वातावरण मात्र गंभीर होते.

बाबू पैलवान मांडी घालून आणि थोडा पुढे वाकून गणामास्तराचे वाचणे लक्षपूर्वक ऐकत असावा. कारण त्याचे डोळे विस्फारलेले होते आणि तोंड अर्धवट उघडे होते. रामा खराताच्या हातात विझलेली बिडी तशीच होती. शिवा जमदाडे डोळे बारीक करून उगीच बसून राहिला होता. त्याची काहीच हालचाल नव्हती. तो जागा आहे का डुलकीत गेला, हे कळायला मार्ग नव्हता. नाना चेंगटाचा चेहरा मात्र थोडा भेदरल्यासारखा वाटत होता. तो आलटून-पालटून एकदा बाबूच्या तोंडाकडे पाहत होता, एकदा गणामास्तरच्या तोंडाकडे. मध्येच त्याने कट्ट्याखालीही एक-दोनदा वाकून पाहिले. कट्ट्याखाली एखादे डबडे, खोके असले काही दिसते का, हे त्याने नीट न्याहाळून पाहिले. तसे निदान काही दिसले तरी नाही, हे पाहून त्याला जरा बरे वाटले. मग त्याने पुन्हा एकदा आलटून-पालटून सर्वांच्या चेहऱ्याकडे पाहिले.

गणामास्तरने वर्तमानपत्राची घडी घालून बाजूला ठेवली. मग तो म्हणाला, ''काय कंपनी? चा सांगू का?''

चहा म्हटल्यावर सर्वांच्या मुद्रा जरा उजळल्या. चेंगट पुढे सरकत बोलला, ''सांग सांग, गणामास्तर. चा पेला, म्हंजे तिवडीच जरा तरतरी येती.''

बाबूने एक सटका त्याच्या मांडीवर हाणला.

''चेंगट्या, तुला काई येळकाळ? बातमी कसली आन् तू चा मागतोस? हानू का एक टिंबा?''

खरे म्हणजे, हाणू का, म्हणायच्या आतच बाबूने एक टिंबा ठेवूनही दिला होता. नानाची मांडी लालेलाल झाली होती. पण बाबूचा आणखी एक सटका लागेल म्हणून तो मागे सरकत कट्ट्याच्या कडेला गेला. हिरमुसल्या तोंडाने म्हणाला, ''मी कधी चा मागितला, बाबू? गणामास्तरच म्हणलं, म्हनून मी म्हनलो.''

यावर बाबूने एक जळजळीत नजर त्याच्यावर टाकली. मग गणामास्तरकडे मोहरा वळवला. निषेधाची मुद्रा केली.

''गणामास्तर, कसली बातमी वाचलीस गड्या? ह्यॅ:''

''आसं?''

''व्हय! तोंड लै कडू झालं. सांग सांग, चा सांग घरात. तिवडाच टैमपास हुईल.''

गणामास्तरने ओरडून घरात चहाची ऑर्डर दिली. थोड्या वेळाने चहा आला. या वेळेला गणाच्या घरात भरपूर कपबशा होत्या. त्यामुळे त्या विसळून पुन्हा दुसरा हप्ता करण्याची काही गरज नव्हती. सगळे जण चहा पिऊन हुशार झाले. नाही म्हणायला नाना चेंगटाच्या चहात मात्र शेंगदाण्याची फोलपटे पडली होती. ती बाजूला काढून मग त्याला चहा प्यावा लागला. त्यामुळे त्याची कपबशी रिकामी व्हायला जरा वेळ लागला.

मग मात्र गप्पागोष्टींना रंग चढला.

ओल्या मिशा धोतराच्या सोग्यानेच पुसत बाबू म्हणाला, ''गणामास्तर, हे बॉम्बचं कलम कुठंबी यील म्हनत्यात. मग आपल्या गावातसुदिक यील?''

बाबूच्या या प्रश्नावर चेंगटानेच प्रश्नार्थक मुद्रेने सर्वांकडे एक नजर टाकली.

रामाने हुशार होऊन झकास बिडी पेटवली होती. त्याने धूर काढीत मान आडवी हलवली.

''आपल्याकडं कशाला येतोय? कुनीकडं दिल्ली, कुनीकडं आपली गल्ली.''

गणामास्तरने जरा विरोध दर्शविला.

''तसं काई न्हाई, बाबा. हे प्रकरण कुठंबी घडंल म्हटल्यालं है.''

आता बाबूला जोर चढला.

''तेच म्हनतो मी. उद्या आपल्याकडं एखांदा बॉम्ब फुटला, तर काय घ्या?'' रामाने पुन्हा धुराची नळकांडी हवेत सोडली.

''बरं मग?''

''मंग काय? लोकास्नी काय काय सांगाय पायजे. कुटं काई पडलं, तर हात लावू नगा म्हणून. न्हाईतर पटदिशी कुणीतरी काईतरी उचलायचं आन् एकदम धडाड्धूम हुयाचं. जाईल दानाला फुकट. खरं का न्हाई?''

चेंगटाला हे बोलणे एकदम पटले. त्यानेही मुंडी हलवली.

''खरं है बाबूराव तुमचं. लोकास्नी लै सवय आसती रस्त्यात पडल्यालं उचलायची. आनशीला तर लै येळा म्या बघितलंय, काई पडल्यालं दिसलं रे दिसलं वाटंत, की लगी उचलून बगती.''

''आसं?''

''तर! एकदा तर सक्काळ-सक्काळची लहान पोराची घान कुणीतरी कागदात गुंडाळून फेकली हो रस्त्यात. ती बी पुडी तिनं सोडून बगितली. मग नाक धरून दिली टाकून.''

आनशीबद्दलची ही नवीन माहिती ऐकून कंपनीत जरा हशा झाला. शिवा जमदाड्याला एकदम फुर्रर करून हसू आले. वातावरण थोडे मोकळे झाले. कसला तरी ताण कमी झाल्याप्रमाणे सर्वांनाच एकदम हायसे वाटले.

बाबूनेही एक प्रेमळ दृष्टिक्षेप चेंगटाच्या दिशेने टाकला.

''मग काय करावं म्हनतोस?''

बाबूचे तोंड एकदम फाकले. या बाबतीत बाबू हा मूर्तिमंत उत्साही पुरुष होता. त्याचे डोळे लकाकले.

''आपुन समद्यास्नी हे नीट समजावून सांगायचं; आसं नव्हं, आसं है, म्हणून. कुटंबी काई पडल्यालं दिसलं, तर हात लावू नका म्हून बजावायचं.''

''आन न्हाई ऐकलं लोकांनी तर?'' रामाने बिडीचा शेवटचा झुरका घेऊन ती बाजूला टाकीत विचारले. शिवानेही मुंडी हलवली.

''खरं है. मग काय करायचं?''

''मग मरू द्या तिच्या मायला जात. आपुन तरी काय करनार?''

आता चेंगट पुढे सरसावला.

''आसं म्हनू नगो बाबू तू. ऐकलं न्हाई ना कुनी, तर एक टिंबा ठिवून दे तू. तुझा दणका लै जालीम है. पुन्हा त्यो गडी आसलं काई करनारच न्हाई. बाकीचेबी गप हुत्यात. मागच्याच ठेच, फुडचा शाना, आशी काय तरी म्हणच है.''

नानाच्या अपेक्षेप्रमाणे बाबू खुलला. त्याने ओठ आवळले.

''तसं का हुईना शेवट. तुमी नुस्तं व्हय म्हणा. मग हानायच्या कामात माझी हयगय न्हाई.''

''आन रस्त्यात घावलं त्याचं काय करायचं?''

''पुलिसाला कळवायचं.''

''आपल्या गावात पुलीस कुठं हैत? तालुक्याला जावं लागतं.'' रामाने पुन्हा शंका काढली.

आता मात्र बाबू चिडला.

''आपून उचलू.''

''आन् धडाड्धूम झालं म्हंजी?''

''मायला, तुमी नाटच लावत जावा बगा कुठल्याबी चांगल्या कामाला.''

बाबूने यावर आरडाओरड करीत सगळ्यांना आपली कल्पना पूर्णपणे समजावून दिली. आपण पहिल्यांदा व्यवस्थित प्रचार करायचा. लोकांना नीट कल्पना द्यायची. देशात अशी अशी परिस्थिती निर्माण झाली आहे, हे समजावून सांगायचं. रस्त्यात, बाजूला कुठेही ट्रान्झिस्टर म्हणा, खोके, काहीही पडलेले दिसले; तर कुणीही उचलायचे नाही. त्यात एखादा जिवंत बॉम्ब ठेवलेला असण्याची शक्यता

असते. तो धडाड् करून उडेल आणि उचलणारा एकदम खलास होईल. बाकीचे जवळपासचेसुद्धा पटकन मरतील. म्हणून अशी एखादी वस्तू दिसली, तरी ती गोष्ट आपल्या कंपनीला कळवायची. आपण त्याची पुढची व्यवस्था करू. पोलिसांना कळवू, नाहीतर आपणच ती वस्तू हळूच उचलून पाण्यात टाकून देऊ. बॉम्ब पाण्यात टाकला, म्हणजे आतील दारू भिजून जाते आणि मग तो उडत नाही. हे जोखमीचे काम वाटल्यास बाबू एकटा करील, पण लोकांना ही महत्त्वाची वार्ता कळवलीच पाहिजे.

बाबूचे हे बोलणे संपल्यावर कट्ट्यावर एकदम शांतता पसरली. जोखमीचे हे काम बाबू स्वत: करायला तयार होता. तेव्हा कुणाचीच या योजनेला हरकत नव्हती. येऊनजाऊन ही बातमी सर्वांना सांगायची कामगिरी. ती काय करू जमेल तेवढी.

सर्वांनी गंभीर मुद्रा करून आपापल्या मुंड्या हलवल्या. संमती दिली. नाना चेंगट बाबूपासून जरा लांबच बसला होता. जसजसा बाबू आपली कल्पना समजावून सांगू लागला, तसतसा नाना आणखीनच मागे सरकत सरकत गेला. शेवटी तो अगदी कट्ट्याच्या दुसऱ्या कडेला आला. जिवंत बॉम्ब ही काय भानगड आहे, अशी शंका त्याच्या डोक्यात सारखी घोळत होती. 'जिवंत बॉम्ब म्हंजे कसा असतो? आतनं सारखा वळवळ करत आसतो काय तो?' हा प्रश्न विचारायचे त्याच्या अगदी ओठापर्यंत आले होते; पण त्याला ते धैर्य झालेच नाही. काहीतरी विचारतो, म्हणून बाबूच आपल्याला अर्धमेला करून टाकील, याची त्याला खात्री वाटत होती. त्यापेक्षा इथनं हळूच सटकावे हे बरे. हां, नाहीतर बाबू आपल्याला नक्कीच यात कुठेतरी गुंतवील अन् आपल्या डोक्याला ताप होईल. त्यापेक्षा फुटावे हे बरे.

हळूच नानाने कट्ट्याच्याखाली वाकून पाहिले, पण या बाजूचा कट्टा उंचावर होता. खालची बाजू जरा खोल होती. उडी मारली, तर हातपाय मुरगाळायचा. शिवाय आपण गेलो, हे कळेल. नकोच ती भानगड.

तेवढ्यात बाबू खुशीत येऊन नानाला म्हणाला, ''ऐ शाबास नाना! नुस्तं सांगितल्याबराबर तू हिकडं-तिकडं बगाय लागलास ना? आसं काम पायजे. नाना माझ्याबरुबर ऱ्हाईल. तुमी बाकीचं काम करा.''

असल्या कामात बाबू कधीच मागे हटणार नाही, याची सर्वांनी अनुभवाने खात्री पटलेलीच होती. त्याला विरोध करणे शक्य नव्हते.

आता होऊ द्या काय व्हायचे असेल ते, असा विचार करून सर्वांनी 'हो हो' म्हटले. उद्यापासून याचा प्रचार सुरू करावा आणि लोकांना सावध करावे, हेही निश्चित झाले आणि मग इकडेतिकडे चार गप्पागोष्टी होऊन बैठक संपली.

हळूहळू एकेक जण घराकडे गेला.

दुसऱ्या दिवशी सकाळी शिवा जमदाडे रिकामा तांब्या घेऊन शेतावरनं परत येत होता. ओढ्यावरच्या कट्ट्यावर चार-दोन मंडळी दात घाशीत, गप्पा हाणीत बसलेली दिसली, तेव्हा तोही कट्ट्याकडेच आला. जरा टेकला. दोघा-चौघांच्या कोंडाळ्यात बसून दत्तू ढोबळे दात घासताघासता काहीतरी मजेदार गोष्ट सांगत होता आणि बाकीचे डोळे विस्फारून ती ऐकत होते.

''तर मजा काय झाली बरं का.'' दत्तू आपली काळीकुट्ट झालेली बोटे तोंडाबाहेर काढून एका बाजूला काळी थुंकी टाकीत म्हणाला, ''असा मी यष्टी स्टेंडकडं आलो. मनात म्हनलं, आपल्या खिशात तर भाड्याचंसुदिक पैशे न्हाईत अन गावाकडं सुटायचं कसं? कुणी वळखीचं भेटलं, तर बरं हुईल. आसा इचार करतोय, तिवढ्यात स्टेंडजवळच्या रस्त्यावर मला काय दिसलं आसंल?''

''एक सबंद यष्टी?''

शिवाने मध्येच तोंड घालून पृच्छा केली. दत्तूने त्याच्याकडे दयार्द्र दृष्टीने पाहिले. ''आरे हट्.''

''एखांदा मेलेला मानूस?'' दुसऱ्याने विचारले.

''नव्हंच.''

''मोठा दगूड?''

''अँ ह्यँ:''

''मग?''

''एक नवी कोरी पिशवी रस्त्यात पडल्याली.''

''आं?''

''मग सांगतो काय? म्हनलं कुनाची आसंल, कुनाची आसंल? हिकडं-तिकडं बघितलं. आसपास कुणीच न्हाई. बगावं तर म्हनलं पिशवीत काय हाय, काय न्हाई. उचलून आत हात घालून बघतो, तर एक पाकीट. फाटकं तिच्या मारी - आन् पाकीट खोलून बघितलं, तर आत धाधाच्या चार नोटा.''

''आरं तिच्या मायला!''

सर्वांच्या तोंडावर आश्चर्य प्रकटले. अशी गोष्ट आपल्या बाबतीत का घडत नाही, अशी रास्त शंका काही मंडळींच्या मनात आली. त्यांना वाटलेला हेवा त्यांच्या तोंडावर स्पष्ट दिसला. दत्तू पुढे त्या पैशाची आपण कशी चैन केली, हे खुलवून सांगणार होता; पण तेवढ्यात शिवाला कालच्या बोलण्याची एकदम आठवण झाली.

''दत्तू, झाली गोस्ट हून गेली, मर्दा. पन पुन्हा आसलं काई रस्त्यात पडल्यालं दिसलं ना, अजाबात उचलू नको.''

''का बरं?''

''सध्या देशात लै इचित्र काय बाय चाललंय. आशा वस्तूत बॉम्ब ठिवल्याला आसतो. हात लावला की धडाड्धूम.''

शिवाने सगळी माहिती नीट समजावून सांगण्याचा प्रयत्न केला; पण दत्तूला जे बेजान हसू फुटले, ते एकदम त्याच्या तोंडातून काळ्या तुषारांच्या वाटे बाहेर पडले. आसपासच्या एका-दोघांची तोंडे स्प्रे पेंटीग केल्यासारखी दिसू लागली. तो हसू लागला. हे पाहून बाकीचे लोकही शिवाकडे पाहून हसू लागले. शिवा एकदम वरमला.

''का रं? काय झालं?'' दत्तू म्हणाला, ''आरं कसला बॉम्ब आन् फिंब? आपुन नसतो भेत.''

''आरं बाबा, काय तरी पडल्यालं आसतं रस्त्यात.''

''आता रस्त्यात म्हणल्यावर काईतरी पडनारच.''

''पण त्यात काईतरी आसतं.''

''काईतरी आसनारच की. नुसतं कसं आसतं?''

''पन उचलू नये बाबा.''

''मग काय हळदकुकू वाहू आन् दंडवत घालू?''

हे संभाषण ऐकल्यावर मंडळी आपापसात पुन्हा जोरजोरात हसली. सर्वांनी शिवाची टर उडवली. शिवा नाराज होऊन उठला आणि पुन्हा या भानगडीत पडायचे नाही, असे ठरवूनच घराकडे आला.

गणामास्तर आणि रामा खरात शहाणीच माणसे होती. गणामास्तरला आपल्या उद्योगात कुणाशी बोलायला वेळ झालाच नाही. रामा तर बाबूचे बोलणे कधीच फारसे मनावर घेत नसे. त्याने स्वत:हून तर कुणाला काही सांगितले नाहीच, पण गोपाळ रेड्याने त्याला आपणहून विचारले, तरी त्याने ते फारसे मनावर घेतले नाही. गोपाळ रेडे कंपनीत मधूनमधून येत होता, पण कालच्या बैठकीला तो नव्हता. म्हणून त्याने उत्सुकतेने विचारले, ''चेंगट घोंगडेगल्लीत भेटला सकाळी. कायतरी सांगत हुता. काय भानगड है?''

''भानगड - कसली भानगड? अजाबात न्हाई. हॅट्!''

''बिडी वडतूस का?'' एवढे बोलून रामाने आपली बिडी पेटवलीसुद्धा. गोपाळ ओढत नाही, हे त्याला माहीत होते.

गोपाळच पुढे बोलला, ''सध्या काय देशात इचित्र चाललंय म्हनं?''

''चाललं आसंल, आपल्याला काय करायचंय?''

''तसं न्हवं.''

''मग?''

''रस्त्यात काय कशात तरी बॉम्ब ठिवत्यात. हात लावला की उडतोय म्हनं.''

"आरे ठिवनारं ठिवत्यात, हात लावनारं लावत्यात, मरनारं मरत्यात. तुला लेकराला कशापायी चौकशी येवढी?"

रामाचे असले बोलणे ऐकून गोपाळने काही हे संभाषण पुढे लांबवले नाही. काही महत्त्वाची गोष्ट घडलेली नाही, हे त्याच्या ध्यानी आले. मग आपल्याला इतर महत्त्वाची कामे आहेत, याची त्याला आठवण झाली आणि तो निघून गेला.

नाना चेंगटाने मात्र ही गोष्ट मनावर घेतली होती. एक तर बाबूचा दट्ट्या त्याच्या पाठीमागे होता आणि दुसरी गोष्ट म्हणजे या निमित्ताने चारचौघांत बसून ही नवीन माहिती लोकांना पुरवण्यात त्याला जरा ऐट वाटत होती; पण त्याने अशा पद्धतीने ही गोष्ट लोकांना सांगण्याचा प्रयत्न केला की, लोक घाबरले तर नाहीच, उलट नाना काहीतरी विनोदी गोष्ट सांगतो आहे, असे त्यांना वाटले आणि त्यांची भलतीच करमणूक झाली. नानाने सांगितलेल्या वृत्तान्ताचे थोडक्यात तात्पर्य असे होते की, आपल्या देशात सध्या काही घडामोडी चालू आहेत. अतिरेकी नावाचे लोक देशात घुसले असून ते लोकांना ठार मारत आहेत. ते लोक रस्त्यात जिवंत बॉम्ब ठेवतात. बोलूनचालून तो जिवंत बॉम्ब. एकदम धडाड्धूम आवाज निघतो आणि हात लावणारा आभाळात उडतो. एकदम खलास! अशी फार माणसे मेलेली आहेत, म्हणून सरकारने जाहीर केले आहे की, अशी एखादी वस्तू रस्त्यात दिसली, की अजिबात हात लावू नका. नुसते लांबून बघा. नुसते पोलिसांना ही माहिती कळवायची. मग पोलीस येतील आणि बॉम्ब घेऊन निघून जातील. पोलिसांना बॉम्ब काही करू शकत नाही. गारुडी दिसल्यावर साप जसा गपचिप बसतो तसेच बॉम्बचे बहुतेक असते आणि पोलीस नसले, तर बाबूला ही गोष्ट कळवायची. म्हणजे बाबू पुढे काय करायचे ते करील.

नाना चेंगटाने ही गोष्ट भेटेल त्याला सांगितली आणि तो निर्धास्त झाला. नाही म्हणायला सुताराच्या आनशीला ही गोष्ट जरा जास्त बजावून सांगणे, त्याला आवश्यक वाटत होते; पण आनशी या चार-दोन दिवसांत त्याला कुठे दिसलीच नव्हती. एरवी रस्त्यावरून लगालगा जाताना दिवसातून चार वेळा दिसणारी आनशी गेली तरी कुठे, याची त्याला रुखरुख वाटत होती. घरी जाऊन पाहणी केली, तर वस्तुस्थिती चटकन समजण्यासारखी होती; पण आनशीच्या घरी जाणे त्याला धोक्याचे वाटत होते. एकदम तिचा गांजेकस नवरा हातात टिकारणे घेऊन अंगावर धावून आला तर? आनशीचे एक सोडा, पण तिच्या नवऱ्याचेही चेंगट या प्राण्याबद्दल तितकेसे अनुकूल मत नव्हते. म्हणून तिच्या घरी जाण्याचा विचार चेंगटाने सोडून दिला.

पण योगायोगाने एका सकाळी आनशीच त्याला रस्त्यात भेटली.

सकाळची नऊ-दहाची वेळ असेल. गुरेढोरे चरायला रानात निघाली होती.

राखोळीची पोरे गुरांना हाकलत मागनं चालली होती आणि त्यांच्यामागून आनशीच हातात लोखंडी पाटी घेऊन तरातरा निघालेली त्याला आढळली. मध्येच गाई-म्हशीने शेण टाकले की, आनशी भराभरा ते गोळा करून पाटीत टाकी आणि पाटी उचलून पुन्हा आशाळभूत दृष्टीने गुराकडे पाहत तरातरा पुढे चालायला लागे.

अशीच आनशी तो महत्त्वाचा जिन्नस गोळा करायला खाली वाकली आणि चेंगट एकदम ओरडला.

''थांब थांब... उचलू नगंस.''

आनशी एकदम थांबली.

''आनशे, तुला कळलं का? खाली काई रस्त्यात पडल्यालं आसंल, तर उचलायचं न्हाई.''

''उचलायचं न्हाई?''

''हां, हातबी लावायचा न्हाई.''

आनशीने शांतपणे शेण गोळा करून पाटीत टाकले. मग उठून उभी रहात फणकाऱ्याने ती म्हणाली, ''तुला काय करायचं रं मुडद्या? भुई सारवायची म्हून शान गोळा कराय लागले, तर आली का पीडा तुझी हितं? चल हकाल.''

चेंगटाला शेणाशी काहीच कर्तव्य नव्हते. घाईघाईने त्याने खुलासा करण्याचा प्रयत्न केला.

''तसं न्हवं गं.''

''ए, लै लाडात बोलायला लागला हैस? शान काय तुझ्या बापाचं हाय व्हय? फूट हितनं.''

''तसं न्हाई म्हनतो तर.''

''आन मग? तसं न्हाईतर कसं?''

''देशात सद्या... रस्त्यात बॉम्ब... ठिवल्याला असतोय.''

''त्या बॉम्बचा बाप आला बग.''

आनशीने मानेनेच दिशा दाखवली. नानाने वळून मागे पाहिले. आनशीचा नवराच तिकडून येत होता. त्याचे तांबरलेले डोळे लांबूनच चेंगटाला दिसले. त्याबरोबर त्याने सफाईने काढता पाय घेतला. दहा-पाच पावले भराभरा टाकली. मग त्याने एकदम धूम ठोकली. मरेना का ती टवळी. पुन्हा तिच्या भानगडीत पडायचे नाही, असे त्याने ठरवून टाकले.

बाबूने मात्र घरोघर जाऊन ही महत्त्वाची गोष्ट ज्याला-त्याला समजावून सांगण्याचा प्रयत्न केला. त्याचा परिणाम एवढाच झाला की, बाबूबद्दल लोकांना नाही नाही त्या शंका येऊ लागल्या. कुणाकुणाला बाबू जरा भ्रमिष्ट माणूस आहे, असे वाटत होतेच, पण आता खात्री पटली. असे सांगून बाबूला रस्त्यावर काहीतरी

नवीन उपद्व्याप सुरू करायचा असावा, अशीही शंका काही जणांना आली. काहींनी मात्र घाबरून रस्त्यावर असे काही आढळल्यास आपण हात तर लावणार नाहीच, पण तिकडे बघणारसुद्धा नाही, असे कबूल करून टाकले. बाबू लोकांना असे नुसते बजावून थांबला नव्हता. मधूनमधून तो रस्त्यावर बारीक नजर ठेवत होता. कुठे काही पडलेले दिसते का आणि कुणी ते चुकून उचलते का, हे तो डोळ्यांत वाती घालून बघत होता. एकदा असाच एक सायकलवाला त्याला दिसला. बाबू आपल्या बोळकांडीतून रस्त्यावर आला अन् बघतोय तर तो सायकलवाला पुढे जाता-जाता थांबला. सायकलीवरून खाली उतरला आणि मागे वळून पाहू लागला. बाबूनेही त्या दिशेला कुतूहलाने पाहिले.

रस्त्याच्या कडेला एक खोके पडले होते.

सायकलवाला मागे आला. त्याने सायकल उभी केली. खोक्याकडे जाऊन तो ते उचलणार, तेवढ्यात बाबू खेकसला.

''ए, हात लावू नगो त्या खोक्याला.''

सायकलवाला दचकला. बाबूकडे कुतूहलाने पाहू लागला.

''हात लावू नगो? का?''

''लावू नगो म्हणतो ना? जास्त बडबड करू नगो.''

''अहो, पण का?''

''त्यात बॉम्ब आसंल एखाद्या टैमाला. मरशील फुकट.''

''बॉम्ब?'' तो माणूस पटकन हसलाच. ''काय राव चेष्टा करताय?''

''चेष्टा न्हवं, सरळ सांगतोय.'' बाबू वैतागला. काय विचित्र माणूस आहे! धोक्याचा इशारा देऊनही हा दात काढतोय.

''अरे हुड्.''

असे म्हणून तो माणूस खाली वाकला. आता तो ते खोके उचलणार, हे पाहून बाबूचे डोकेच गेले. त्याने एकदम त्याच्या पार्श्वभागावर एक जोरदार दणका घातला. त्याबरोबर तो सायकलवाला जोरात खाली आपटला. त्याचे तोंड त्या खोक्यावरच आपटले. तो मोठ्यांदा ओरडला.

''अगं आई आई... मेलो मेलो.''

बकोटीला धरून बाबूने त्याला उठवले आणि पुन्हा एक जोरदार दणका घातला. पुन्हा तो केकाटला.

''आगं आयाई... मेलो.''

''लेका, नीट सांगितलं तर पटंना व्हय? हानू का आनखी एक गुद्दा?''

गयावया करीत तो माणूस म्हणला, ''अहो, माझंच खोकं है ते. मागच्या बाजूला लावून चाललो हुतो. ते पडलं, म्हणून खाली उतरलो.''

हे ऐकल्यावर मात्र बाबू वरमला.

"लेका, मग आधी न्हाई का सांगायचं? इतक्या लेट सांगितल्यावर काय करनार माणूस?" असे बोलत बोलत त्याने भराभरा तेथून पाय काढता घेतला.

बाबूची अशी फजिती झाली. पण एकदा मात्र त्याच्या प्रयत्नाला यश आले. संध्याकाळची वेळ. सूर्य नुकताच बुडालेला होता. अंधार हळूहळू पुढे सरकत होता. गार वाऱ्याच्या झुळका मधूनमधून वाहत होत्या. गावाबाहेरच्या मारुतीच्या दर्शनास जाऊन बाबूने नेहमीप्रमाणे दंडवत घातले. डोळे मिटून प्रार्थना केली. मग एक प्रदक्षिणा घातली. देवाच्या दारी आल्यावर घटकाभर बाहेरच्या पायरीवर बसण्याची त्याची नेहमीची पद्धत होती. घडीभर निवांतपणे तो बसला. तोपर्यंत चांगला अंधार झाला होता. बाहेर कुणाची तरी चाहूल लागल्यासारखी त्याला वाटली होती, पण बाहेर तर कुणीच दिसत नव्हते. आपल्याला उगीचच भास झाला, असे त्याला वाटले. थोड्या वेळाने त्याचे लक्ष गेले.

समोरच एक रिकामा पार होता. त्यावर एक मोठे रिकामे खोके ठेवलेले दिसले.

खोके आणि या पारावर?

बाबूला आश्चर्य वाटले. जवळपास माणूस तर दिसत नाही. मग हे नुसते खोके कसे काय? ही काय भानगड आहे?

बाबूला शंका आलीच. एखादा बॉम्ब तर त्यात नसेल ना?

असे असेल तर? कुणीतरी गुपचूप या खोक्यात बॉम्ब ठेवून निघून तर गेले नसेल? होय, त्याचा काय नेम? हात लावला की धडाड्धूम...

बाबूची खात्री पटली; पण शंकानिरसन करून घ्यावे, म्हणून तो उठला. खोक्याजवळ गेला. त्या अंधारात डोळे ताणूनताणून पाहू लागला. खोके अगदी साधेच होते. ते धड बांधलेलेही नव्हते. नुसती पुठ्ठ्याची दारे मुडपलेली होती. बाबूने हळूच एक पुठ्ठा खालवर करून बघितला, पण अंधारामुळे नीट दिसेना. काय करावे बरे?

देवळात दिवा लावायला बाबूने काडेपेटी बरोबर आणली होती. बाबूला एकदम आठवण झाली. त्याने खिशातून काडेपेटी बाहेर काढली. ती उघडली. एक काडी जोरात ओढून तिच्या उजेडात त्याने खोक्यात डोकावून बघण्याचा प्रयत्न केला, पण नीट दिसले नाहीच. दुसरी काडी ओढण्यासाठी म्हणून त्याने पहिली काडी तशीच टाकली. ती नेमकी त्या खोक्यातच पडली.

आणि एकदम फट्फट्फट् असे आवाज निघाले. त्यापाठोपाठ धडाड्धूम असा मोठ्ठा आवाज झाला!

बाबू दचकलाच. बापरे! बॉम्बच हा! शंकाच नको. दुसरी काडीही त्याच्या हातातून एकदम गळून पडली. ती खोक्यातच सरळ पडली.

मग मात्र धडाधड आवाज निघाले. जिकडेतिकडे धूरच धूर झाला. बाबूच्या हाताला गरम वाफ लागली. हात चांगले पोळले.

जीव घेऊन बाबू धूम पळाला. वाऱ्याच्या वेगाने गावाकडे पळाला. आपली शंका अगदी बरोबर होती याचा त्याला याही परिस्थितीत आनंद झाला होता. नक्की, बॉम्बच तो! शंकाच नाही. नशीब आपले म्हणून आपण थोडक्यात वाचलो. नाहीतर मरतच होतो.

धावतधावत घरी येऊन त्याने अंग टाकले. पोळलेले हात काखेत घट्ट दाबून धरीत तो पडून राहिला.

दुसऱ्या दिवशी दिवसभर बाबू बाहेर पडलाच नाही. पोळलेल्या हाताला शाई लावून तो अंथरुणावर निजून राहिला. हाताची थोडी आगआग होत होती, पण ती सहन करीत तो पडून राहिला.

रात्र झाली, तशी त्याला जरा हुशारी वाटली. उठला आणि नेहमीप्रमाणे गणामास्तरच्या कट्ट्याकडे आला. सगळ्यांना ही बातमी सांगून गाव एका संकटापासून कसे वाचले, याची साग्रसंगीत हकिगत ऐकवून त्यांना चकित करावयाचे, असे त्याने ठरवले होते.

कट्ट्यावर नेहमीप्रमाणे सबंध कंपनी जमली होती. बाबूला पाहिल्यावर गणामास्तर घाईघाईने म्हणाला, ''बाबू, तुला कळलं का?''

''काय?''

''अरे, काल रातच्याला मारुतीच्या देवळाजवळ काय गोंधळ झाला. तुला कसं कळलं न्हाई?''

'गोंधळ? अरे, माझ्यामुळे तर लोकांचे प्राण वाचले. नाहीतर चार-दोन मेले असते. दहा-पाच जखमी झाले असते. हात पोळवून घेऊन मी हे उपकार केलेत!'

बाबूच्या मनात हे सगळे आले, त्याने आपले हात पुढे केलेही. आता तो हे बोलणार, एवढ्यात नाना चेंगट म्हणाला, ''कोन गाडव मानूस हुता कुनाला ठावं. बिचाऱ्या सदा वाण्याचे लै नुकसान झालं.''

सदा वाण्याचं नुकसान? बाबूला काही कळेना.

''म्हणजे?''

मग गणामास्तरनेच खुलासा केला, ''अरे, दिवाळीचा सण न्हाई का जवळ आला? सदा वाण्यानं तालुक्याला जाऊन फटाके, तोटे, ॲटमबॉम्ब आसलं काही तरी खरेदी करून आणल्यालं. वाटेत परसाकडला लागली, म्हणून ते खोकं देवळाजवळ ठेवलं आणि गेला परसाकडला. तेवढ्यात कुनी काडी टाकली की काय केलं - खलास! धडाड्धडाड् आवाज नुस्ता आर्धा घंटा. समदं गाव गोळा झालं.

बिचाऱ्याचं लै नुकसान झालं रे. कुणी हालकटपणा केला कुनास ठाऊक. तुला कसं काय कळलं न्हाई?''

हात पुढे पसरता पसरता बाबू थांबला. हात मागे घेऊन ते त्याने झाकले. मग मान खाली घालून तो हिरमुसल्या तोंडाने म्हणाला, ''मी झोपलो हुतो. मला काही कळलंच न्हाई.''

भुताचा खून!

''डिटेक्टिव्ह कथालेखक बाबूराव आपणच काय?''

''मीच तो.''

''ते घरी आहेत काय?''

''अर्थातच.''

''कोठे आहेत?''

''या खुर्चीत बसलेले आहेत.''

''मग हरकत नाही.''

- असे म्हणून एक गृहस्थ सुप्रसिद्ध रहस्यकथा लेखक आणि डिटेक्टिव्ह बाबूराव टोणपे यांच्या खोलीत आले. दरवाजातून काळजीपूर्वक पावले टाकीत आणि इकडे-तिकडे भिरभिऱ्या दृष्टीने पाहत ते बाबूराव टोणपे यांच्या टेबलासमोर खुर्चीवर बसले.

सिगारेटचा धूर सोडीत बाबूरावांनी त्यांच्याकडे निरखून पाहिले. वाढलेली दाढी, फाटके कपडे. डोळ्याची चमत्कारिक उघडझाप. मोठे इंटरेस्टिंग कॅरॅक्टर दिसते. काय पाहिजे स्वारीला, बघितले पाहिजे.

''हं बोला.''

खिशातला रुमाल काढून त्या नवख्या गृहस्थाने त्यात आपले नाक खुपसले. मग सर्रर्कन् आवाज केला. चेहरा रडवा करून तो म्हणाला, ''भयंकर, फार भयंकर..''

''काय भयंकर?'' बाबूरावांनी विचारले.

''सांगतो. पण मला आधी हे सांगा, कोणतंही रहस्य ताबडतोब शोधून काढण्यात तुमची प्रसिद्धी आहे म्हणतात, ते खरं आहे काय?''

''होय. अगदी ताबडतोब.''

''साधारणपणे किती वेळात?'' त्या माणसाने घोगऱ्या सुरात विचारले. मग कोटाच्या खिशात हात घालून एकदम चाकू बाहेर काढला.

बाबूरावांच्या अंगावर काटा आला. ते चाचरत म्हणाले, ''काही तासांत.''

''खुनाचं रहस्यसुद्धा?''

''अगदी ताबडतोब.''

''अन् इथं ऑफिसमध्ये बसून तुम्ही ते रहस्य हुडकून काढता म्हणे.''

''होय.''

''मग काढा एक रहस्य शोधून. खून आहे खून. खुनी इसमाचा ठावठिकाण सांगा.''

''खून झाला आहे म्हणता?'' बाबूरावांनी त्याच्या चाकूकडे पाहत कोरड्या ओठावरून जीभ फिरवली.

''होय.''

''कुणाचा?''

''भुताचा.''

बाबूराव एकदम दचकले. तोंडावरून हात फिरवून त्यांनी विचारले, ''क-कुणाचा म्हणालात?''

''भुताचा.''

''भुताचा खून?''

''दॅट्स राईट. आमच्या घरी एक भूत होतं. फार चांगलं होतं हो. त्याचा नुकताच खून झाला.''

तो गृहस्थ शांतपणे आपली हकिकत सांगू लागला. बाबूरावांनी आपल्या टकलावर गोळा झालेला घाम पुसला.

''तुम्हाला कसं कळलं खून झाला म्हणून?''

''गेले आठ दिवस ते भूत बेपत्ता आहे. मला वाटलं गेलं असेल कुठंतरी. ट्रिपला वगैरे गेलं असेल.''

''मग?''

''काल रात्री स्वप्नात आलं माझ्या. त्यानं सांगितलं मला, की आपला खून झालाय म्हणून.''

''त्याचं प्रेत वगैरे काही सापडलं?''

''छट्! भुताचं कुठं प्रेत वगैरे सापडतं काय? काहीतरीच प्रश्न तुमचा हा!''

''असं करा. सगळी सविस्तर हकिकत सांगा पाहू मला. नाव काय तुमचं?''

''चिमाजी आप्पा.''

''चिमाजी आप्पा?''

''चिमाजी माझं नाव. आप्पा वडिलांचं.''

''ठीक आहे. चालू द्या.''

बाबूरावांनी पुन्हा सिगारेट पेटवली. धूर सोडला. बाबूरावांनी सगळी हकिकत ऐकून घेतली. समोर बसलेले चाळीस-पंचेचाळीस वर्षांचे गृहस्थ म्हणजे चिमाजी आप्पा देशपांडे. या गावात ते एक्स्टेन्शन भागात अलीकडेच राहायला आले. त्यांच्या घरी एक भूत आहे किंवा होते. चिमाजी आप्पांना रोज रात्री त्याच्या किंकाळ्या आणि

खदाखदा हसणे ऐकू येई. घरात कोणाला त्याचे अस्तित्व जाणवले नव्हते, पण चिमाजी आप्पांना मधूनमधून त्याची चाहूल लागत होती. रात्रीच्या वेळेला त्याच्या किंकाळ्या फारच गोड आणि मधुर वाटत. त्याचे हसणे मात्र थोडे करुण होते. गेली चार-दोन वर्षे या किंकाळ्या आणि हे खदाखदा हसणे ऐकल्याशिवाय चिमाजीपंतांना झोप लागत नसे. उत्तररात्री या गोष्टी एकदा घडल्या की, त्यांना शांत झोप लागे. पण काय चमत्कार झाला कुणास ठाऊक! आज आठ-दहा दिवस झाले. या किंकाळ्या ऐकू येत नाहीत, की त्याचे खिदळणे कानावर पडत नाही. पहिल्यांदा वाटले की, हे भूत कुठेतरी बाहेरगावी गेले असेल. म्हणून परवापर्यंत वाट पाहिली, पण त्याचा पत्ता नाही तो नाहीच! अखेर खात्री पटली की त्याचा खूनच झाला असावा. तसे स्वप्नही पडले.

इतकी हकिकत सांगून चिमाजीपंत थांबले. चाकू मांडीवर ठेवून न विचारता त्यांनी टेबलावरचे सिगारेटचे पाकीट उचलले. मग त्यातील दोन सिगारेटी काढून एकदम तोंडात कोंबल्या. काड्याच्या पेटीतील काडी काढून ओढली. सिगारेटी पेटवल्या. तोंडाच्या दोन्ही बाजूंनी धूर सोडला.

''गेली अनेक वर्षं तुमची पुस्तकं वाचतोय, बाबूराव. काढाल तर तुम्हीच हे रहस्य शोधून काढाल, अशी माझी खात्री आहे.''

बाबूरावांनी अनेक रहस्यकथा लिहिल्या होत्या. अनेक वर्षे ते लिहीत होते. कितीतरी खून त्यांनी पाडले होते आणि त्यांचे रहस्यही उजेडात आणले होते. त्यांच्या कथांचा नायक शामराव आणि त्याचा असिस्टंट टिल्लू हे फारच हुशार होते. आपले ऑफिस न सोडता ते बसल्या जागेवरून एखादे भीषण रहस्य लीलेने उलगडून दाखवीत. बाहेर न पडता विचारांची तर्कशुद्ध साखळी जोडून खुनाचा धागान्धागा मोकळा करून दाखवीत. शामरावांच्या या कर्तृत्वावर वाचक बेहद्द खूश होते. ह्यामुळे 'बाबूराव टोणपे' या नावावर लोकांच्या उड्या पडत. लोक त्यांनाच 'डिटेक्टिव्ह बाबूराव' म्हणत. कुणी अधूनमधून आपले रहस्यही त्यांना सांगे. बाबूराव त्याला बरोबर मार्ग दाखवीत, पण या प्रकारचे अशील त्यांच्याकडे अद्याप आलेले नव्हते. भुताचा खून झाल्याची केस त्यांच्याकडे अद्यापि तरी कधी आलेली नव्हती. ही काय भानगड आहे? जरा लक्ष घातले पाहिजे. बाबूरावांनी चिमाजी आप्पाकडे नीट निरखून पाहिले. चाकूची धार आणि त्यांच्या तोंडावरची काळजी आणि उदासीनता त्यांना जाणवली. या प्रकरणाचा नीट निर्णय लावला पाहिजे, हे त्यांच्या लक्षात आले.

''चिमाजी आप्पा, आता आपण चर्चेला सुरुवात करू.''

''करेक्ट. तुमच्या शामरावांची हीच मेथड आहे नाही? पण तुमचा टिल्लू कुठाय?''

''टिल्लू माझ्या गोष्टीत आहे. प्रत्यक्षात मीच एकटा दोघांचीही चर्चा करतो.''

''अस्सं.''

''हे पाहा चिमाजी आप्पा, खून ही एक भयंकर गोष्ट आहे. काहीतरी भयंकर घडल्याशिवाय खून होणार नाही. तुमच्या भुताचा खून झाला असेल, तर त्याच्या बाबतीत काहीतरी असंच भयानक घडलेलं असणार.''

''काय बरं?''

दोन्ही सिगारेटीतून धूर सुटला.

''खुनाची सामान्यपणं कारणं दोन-तीन. एक पैसा. तुमचं भूत पैशाच्या अडचणीत वगैरे होतं का?''

चिमाजीपंतांनी चेहरा विचारमग्न केला.

''बहुतेक नसावं.''

''कशावरून?''

''तसं असतं, तर आमच्या घरात चोऱ्या झाल्या असत्या ना. त्याला काय लेकाला! सारखं तर घरातनं हिंडायचं ते. पैसे पाहिजे असते, तर केव्हाच पळवले असते त्यानं.''

''बरोबर. मग त्याच्याजवळ जास्ती पैसे झाले होते का?''

''त्याच्याजवळ कुठून येणार जास्ती पैसे?''

''रेस आहे, लॉटरी आहे. त्याचा काही नेम नसतो मिस्टर. 'रेसकोर्सवरील खून' या पुस्तकात मी काय लिहिलंय, आठवतंय का तुम्हाला?''

चिमाजीपंतांचे डोळे एकदम लकाकले.

''हो, बरोबर आहे. फ्ल्युकमधला घोडा एकदम विनमध्ये येतो. त्याच्या मालकाला लाखो रुपये मिळतात. त्याचा त्याच ठिकाणी लगेच खूनही होतो. आलं लक्षात!''

बाबूरावांच्या चेहऱ्यावर समाधान झळकले. आपली पुस्तके चिमाजीपंतांनी खरोखरीच लक्षपूर्वक वाचली आहेत, याबद्दल त्यांची खात्री पटली.

''पण नसेल हो तसं.''

''कशावरून?''

''पैसे मिळाले असते त्याला, तर लेकाच्यानं चैन केली असती ना. उडवले असते सगळे पैसे. किंकाळ्या फोडीत बसलं नसतं.''

''तुमचं म्हणणं बरोबर आहे. मग आता राहिलं आणखी एक कारण.'' बाबूराव गंभीरपणे म्हणाले, ''प्रेमप्रकरण!''

''कोणतं?'' चिमाजीपंत दचकलेले दिसले.

''प्रेमप्रकरण -'' बाबूराव शांतपणे बोलले.

''म्हणजे काय?''

''त्या तुमच्या भुताचं कुणावर तरी प्रेम असलं पाहिजे. त्यातून हा खून झाला असावा.''

''त्यानं कुणावर प्रेम केलं असेल?''

''दुसऱ्या कुणावर? बाईवर. तुमच्या घराच्या जवळपास एखादी पडकी विहीर आहे?''

''घराच्या जवळपास?''

चिमाजीपंतांनी डोळे मिटले. पुन्हा उघडले. विचार केला. मग मान झटकली.

''नाही बुवा. जवळपास तर कुठंच नाही.''

''मैल-दोन मैलाच्या परिसरात?''

''आहेत. तशा एक-दोन आहेत.''

''बस्स, बरोबर खूण पटली.''

बाबूरावांनी टाळी वाजवली. त्यांच्या तोंडावर पुन्हा एकदा समाधान पसरले. चिमाजी आप्पा त्यांच्याकडे टक लावून पाहत राहिले.

''माझ्या नाही लक्षात आलं.''

''सांगतो, पडक्या विहिरीत हडळ असते की नाही? सुंदर बाईचं रूप धारण करून ती हिंडते की नाही? झालंच तर मग! तुमच्या या भुताचं या हडळीशी काहीतरी सूतगुत जमलं असलं पाहिजे. असल्या गोष्टी जमायला कितीसा टाईम?''

चिमाजी आप्पांचा चेहरा उजळलेला दिसला. मोठी शंका दूर झाल्याप्रमाणे त्यांची मुद्रा झाली. एक मोठा सुस्कारा टाकून ते बोलले, ''पण त्यातून खून कसा काय झाला बुवा?''

''या हडळीवर दुसऱ्या कुणातरी भुताचंही प्रेम बसलेलं असणार. झाली त्यातनं मारामारी अन् काय! खलास! तुमच्या भुताचं डोकंच फोडलं असलं पाहिजे त्या दुसऱ्या भुतानं.''

चिमाजी आप्पांची मुद्रा विचारमग्न झाली.

''पण का हो, बाबूराव. सालं आमचं भूत रोज किंकाळ्या का मारायचं? अन् खदाखदा का हसायचं? रोजचं सालं करायचं हो.''

''त्या किंकाळ्या आपणाला वाटतात, पण त्या किंकाळ्या नाहीत.'' बाबूराव गंभीरपणे म्हणाले. ''घोस्टसायकॉलॉजीचा माझा अभ्यास पुष्कळ आहे. त्याच्यावरून सांगतो तुम्हाला. त्या सुंदर हडळीशी त्यानं केलेले ते प्रेमालाप होते. डार्लिंग, लाडके, प्रिये असं आपण म्हणत नाही का?''

''म्हणतो.''

''भुतांच्या पद्धतीनुसार ती भुतं हडळीशी गुलुगुलू गोष्टी करताना किंकाळ्या

फोडतात. लाडात आलं भूत की, एकदम किंकाळी मारतं. ख्यॅ...ख्यॅ...ख्यॅ.. ख्यॅ..'' बाबूरावांनी एकदम किंकाळी मारून दाखवली. ''अशी... समजलं?''

''नाही. तशी नव्हतं मारीत ते.'' चिमाजीपंत बुचकाळ्यांत पडून म्हणाले

''ही अश्शी. हॅ..हॅ..हॅ..हॅ...''

''मग ते लेकाचं फारच लाडात आलं असेल.''

''असेल असेल. अन् ते खदखदा हसणं.''

''ते - ते हडळीचं लाडिक बोलणं ऐकलं की, भूत असंच हसतं. मला ठाऊक आहे ना. तुमचं लग्न झालंय?''

''नाही.'' चिमाजीपंतांनी डोकं चमत्कारिक रीतीने हलविले.

''तरीच तुम्हाला त्याचा अर्थ कळला नाही.''

चिमाजी आप्पा बराच वेळ खुर्चीत उगीच बसून राहिले. काही वेळ अगदी शांत गेला. बाबूरावांनी मनगटावरचे घड्याळ पाहिले. दुपारचे बारा वाजायला आले होते. जेवायची वेळ झाली होती. त्याच्या आत हे प्रकरण संपायला हवे होते.

चिमाजीपंत थोड्या वेळाने म्हणाले, ''खुनाचं कारण कळलं; पण खुनी कोण असावा, याच्याबद्दल काही डोकं चालतं का तुमचं?''

''फारच सोपी गोष्ट आहे ती.'' बाबूराव गंभीरपणे म्हणाले, ''जवळपासच्या भुतांची माहिती काढलीत का तुम्ही? त्यांच्यापैकीच एकानं - विशेषतः, एखाद्या नव्या भुतानं हा उद्योग केला असला पाहिजे.''

''पण कोण तो?'' चिमाजीपंतांनी दरडावून विचारले.

''आत्ताच सांगतो. थांबा हं.''

- असे म्हणून बाबूरावांनी टेबलावरचा फोन उचलला. डायल फिरवली. मग फोन तोंडाजवळ नेला.

चिमाजी आप्पा उत्सुकतेने त्यांच्याकडे पाहू लागले.

''हॅलो, कोण, इन्स्पेक्टर सावंत? हां, मी बाबूराव बोलतोय. नमस्ते. मला एक माहिती हवीय. अर्जंट. आपल्या एक्स्टेन्शन भागात हडळी किती आहेत? तीन? पण त्यातली तरुण आणि देखणी त्या पडक्या विहिरीतलीच ना? तरी मला वाटलंच.''

बाबूरावांनी चिमाजी आप्पांकडे विजयी मुद्रेने पाहिले. चिमाजी आप्पांनी मान हलवली.

''पण खुनी?''

''तेच विचारतोय ना?''

असे म्हणून बाबूरावांनी पुन्हा आपले तोंड फोनमध्ये खुपसले. त्यांचे सगळे लक्ष मात्र चिमाजीच्या चाकूकडे होते.

''ते झालं. मला माहिती पाहिजे ती अशी : त्या भागात एकूण भूतं किती? कुणी नवं भूत आल्याची नोंद आहे काय? आहे? कुठं?कवठीच्या झाडावर? कोण? बाबाखान पठाण म्हणता होय? आलं ध्यानात. मग काय, जबरदस्त भूत आहेन् काय! बराय.''

बाबूरावांनी फोन खाली ठेवला.

''हा बाबाखान पठाण बायकांच्या बाबतीत फार वाईट इसम होता. परवाच तो मेला. त्यानंच त्या हडळीवर लक्ष ठेवलं असलं पाहिजे. अन् तुमच्या बिचाऱ्या भुताला ठार मारलं असलं पाहिजे. आता बरोबर उलगडा झाला.''

चिमाजी आप्पांनी चाकू मिटला. खिशात ठेवला. त्यांचे डोळे आनंदाने लकाकू लागले. बाबूरावांनी सुटकेचा नि:श्वास टाकला.

''मला वाटलंच होतं, बाबूराव. तुम्हीच काय ते या खुनाचा उलगडा करू शकाल. दुसरे कुणी उपयोगी नाहीत. अक्कलच नाही भोसडीच्यांना.''

''कसचं कसचं.'' बाबूरावांनी चेहरा शक्य तितका नम्र केला. हळूच घड्याळ्यात पाहिले. साडेबारा वाजले होते. छे छे! आता निघालेच पाहिजे होते. खुर्चीत न बसता बाबूराव तसेच टेबलाजवळ ताठ उभे राहिले.

''बराय मग, जाऊ का मी?''

चिमाजी आप्पा देशपांडेही उठले.

''चला ना. मलाही जायचंय.''

''कुठं जाणार तुम्ही? घरीच ना?''

''हो.''

''तुम्ही व्हा पुढं.''

चिमाजीपंत उठले. पुन्हा मघाप्रमाणे काळजीपूर्वक पावले टाकीत ते दरवाजाजवळ गेले. मग दरवाजाबाहेर पडून दिसेनासे झाले.

बाबूरावांनी मोठा सुस्कारा टाकला. मग पुन्हा फोन उचलला. डायल फिरवली. ''हॅलो मेंटल हॉस्पिटल.''

''येस.'' तिकडून जबाब आला.

''मी बाबूराव टोणपे. तुमच्या हॉस्पिटलमधून एक रोगी आज पळाला आहे? रहस्यकथा वाचायचं वेड आहे? कसं कळलं विचारू नका. आसपासच आहे तो. लौकर या.'' बाबूरावांनी फोन खाली ठेवला.

तेवढ्यात घंटी वाजली. बाबूरावांनी घाबरून दरवाजाकडे पाहिले. इन्स्पेक्टर सावंत आत आले, हे पाहून त्यांनी सुटकेचा नि:श्वास सोडला. घोगऱ्या सुरात ते म्हणाले, ''काय सावंतसाहेब, काही विशेष?''

सावंतांनी त्यांच्याकडे चमत्कारिक दृष्टीने पाहिले. मग हात पुढे करून

बाबूरावांच्या डोक्याला लावला. चाचपून पाहिले.

''का हो?''

''बाबूराव, हल्ली तुम्हाला स्ट्रेन बराच पडतोय नाही?''

''फारच. अहो, आत्ताचीच गंमत.''

''डोकं ठिकाणावर कसं राहणार मग?'' सावंत शांतपणे म्हणाले, ''मेंदूवर परिणाम होणारच की.'' बाबूराव चमकले.

''मेंदूवर? कुणाच्या?''

''तुमच्या.''

''छट्! काहीतरीच काय बोलता?''

''काहीतरी नाही. मघाशी तुम्ही मला फोन केलात. एकूण हडळी किती? भूतं किती? नवं भूत काय? चालायचंच. मेंदूवरचा ताबा सुटतोच जास्ती कामानं. चला.'

''हां: हां:! कुठं चला?'' बाबूरावांनी हसण्याचा प्रयत्न केला, पण त्यांना नीटसे हसू आले नाही. ''अहो, मी फोन केला म्हणजे काय.''

''आलं, लक्षात आलं सगळं.''

''काय लक्षात आलं?''

''नव्या भुतांची नोंद हवी ना तुम्हाला? सगळी माहिती आठ दिवसांनी सांगतो. चला आधी. आठ दिवस विश्रांती घ्या झकास. म्हणजे जाईल सगळं.''

सावंतांनी बाबूरावांना थोपटण्याचा प्रयत्न केला. बाबूरावांनी त्यांचा हात झुरळ झटकावे त्याप्रमाणे झटकून लावला.

''काय फाजीलपणा हा सावंत!'' ते रागाने म्हणाले.

''अहो, गंमत काय झाली, मघाशी एक माणूस आला. भुताचा खून झालाय म्हणाला.''

''भुताचा खून ना? बरोबर आहे. होतो एखाद्या वेळेस. चला.'' सावंतांनी मान हलवली. बाबूराव एकदम घाबरले. त्यांचा पारा एकदम चढला.

''मी नाही हो, तो भुताचा खून.'' ते मोठ्याने सांगू लागले.

''आलं हो लक्षात. हं, पण लवकर चला.''

''पण कुठं?''

''सांगतो,'' असे म्हणून सावंतांनी बाबूरावांना एका हाताने बळेच खुर्चीत बसवले. मग फोन उचलला.

''हॅलो, मेंटल हॉस्पिटल...''

भ्रष्टाचार बंद!

सकाळचे आन्हिक आटोपून मी आरामात चहा पीत बसलो होतो. अशा वेळी चहा पितापिता ताजे वर्तमानपत्र चाळण्याची आपल्याकडे पद्धत आहे. वर्तमानपत्र दाराशी पडलेले होते, पण हल्ली मी सकाळी वर्तमानपत्र मुळीच पाहत नाही. कारण एकदा का वृत्तपत्रातल्या बातम्या सकाळीच वाचायची सवय लागली की, सबंध दिवस वाईट जातो. सकाळची रम्य वेळदेखील एकदम रखरखीत होते. म्हणून सकाळी पेपरचे वाचन ही भानगड नाही. नुसता चहा प्यावा. फार तर त्याच्याबरोबर चार बिस्किटे खावीत. वेळ आनंदात जातो.

असा माझा वेळ आनंदात चालला होता. तेवढ्यात दारावरची घंटा वाजली. त्यापाठोपाठ दारावर पुरुषी, राकट थपडा ऐकू आल्या आणि त्यापाठोपाठ दार धाडधाड वाजू लागले.

सौभाग्यवती स्वैंपाकघरातून धावत बाहेर आली. तोंड महिषासुरमर्दिनीसारखे उग्र करून आणि कमरेवर दोन्ही हात विठोबासारखे ठेवून म्हणाली, ''हे तुमचे दोस्त, बाळूभावजी असतील!''

''उघडच आहे.'' चहाचा एक जबरदस्त घोट घेऊन मी म्हणालो, ''त्याशिवाय असला उद्योग दुसरा कोण करणार? म्हणून तर मी दार उघडायला अजिबात उठलो नाही.''

''मग काय, मी उघडू?''

''अर्थातच!... आता तो चहा प्याल्याशिवाय मुळीच हलणार नाही. घरी भांडाभांडी झाली असेल. बायकोनं चहा करून द्यायचं नाकारलं असेल. मग काय, आपल्या घरावर मोर्चा.''

''हे त्यांचं नेहमीचंच आहे.''

- असे रागारागाने पुटपुटत बायको दाराकडे गेली. तिने रागारागातच दार उघडले आणि तितक्याच रागारागाने ती आत निघून गेली.

आमचा अंदाज अगदी बरोबर होता. दारात बाळूच उभा होता. पट्ट्यापट्ट्याचा लेंगा. त्याची नाडी समोर लोंबत आहे. केस पिंजारलेले. चेहरा मात्र नेहमीप्रमाणे आंबट नव्हता. अगदी हसतमुख होता. आत येतायेता तो ओरडला, ''अरे! दार

उघडायला इतका वेळ, विशा? काय झोपला होतास काय?''

''बैस बाळू, बैस.'' मी शांतपणे कपातला उरलेला चहा संपवीत म्हणालो, ''आमच्या झोपेशी तुला काय करायचंय? तुझा चहा तयार होतोय. दोन मिनिटं थांब.''

त्याबरोबर तोंडावर नाराजीचा लेप पसरवीत बाळू ओरडला, ''अरे, मी आज चहा प्यायला नाही आलो तुझ्याकडं, चहा झाला माझा. चांगला दोन कप.''

''काय म्हणतोस?''

मला धक्काच बसला. बाळू सकाळी सकाळी येतो आणि चहा नको म्हणून सांगतो! कमाल झाली! असे आजपर्यंत कधी झाले नव्हते.

''आजचा पेपर वाचलास का?''

''नाही बुवा! सकाळी सकाळी पेपर कसला वाचायचा? मी नाही वाचीत. बघेन संध्याकाळी.''

बाळूने निषेधाच्या मुद्रेने माझ्याकडे पाहिले.

''केवढी खळबळजनक बातमी आहे आज! सगळ्या पेपर्सनी पहिल्या पानावर बोल्ड टायपात छापलीय. जिकडतिकडं तीच चर्चा चाललीय.''

''कसली बातमी?''

''कमाल झाली बाबा तुझी! अरे, भ्रष्टाचार सरकारनं कायदेशीर ठरवलाय!''

''काय?'' मी ओरडलो.

''होय बाबा, होय!'' बाळू उत्साहाने सांगू लागला. ''भ्रष्टाचार करणं, लाच घेणं हा प्रकार आता गुन्हा नाही. सरकारनं वटहुकूम काढून तो कायदेशीर ठरवला आहे. आज मध्यरात्रीपासून कायदा अमलातसुद्धा आलाय. दूरदर्शन, रेडिओ सारखे पहाटेपास्नं तेच पुन्हा पुन्हा ओरडून सांगताहेत.''

बाळू सरकारी नोकर होता. त्यामुळे त्याला भलताच चेव चढला होता.

घाईघाईने दाराशी पडलेले वर्तमानपत्र मी उचलले. पाहतो तो बातमी खरीच! लाचलुचपत, भ्रष्टाचार आता कायदेशीर झाल्याचा वटहुकूम सरकारने जाहीर केला होता. यासंबंधी खुलासा करताना सरकारी पत्रकात म्हटले होते, 'भ्रष्टाचार आणि लाचलुचपत जगात सगळीकडे आहे. आपल्या देशातही आहे; पण आपल्या देशात त्याचे प्रमाण भलतेच वाढले आहे. त्याचे निर्मूलन कसे करावे, यावर शासन बरीच वर्षे विचार करीत होते. त्यासाठी एक स्वतंत्र समितीही नेमली होती. या समितीने आपली शिफारस एकमताने केलेली आहे. सरकारने ही शिफारस स्वीकारली असून त्यानुसार आज मध्यरात्रीपासून भ्रष्टाचार, लाचलुचपत ही पूर्णपणे कायदेशीर ठरवली आहे. आता सर्व सरकारी नोकरांना ते लाच म्हणून घेत असलेली रक्कम उघडपणे व कायदेशीररीत्या घेता येईल. दिवाळीच्या बोनसबरोबरच सरकार या वर्षी सरकारी

नोकरांना ही भेट देत आहे. या भेटीमुळे सरकारी नोकरवर्ग खूश होईल, अशी आशा सरकारला वाटते.'

सरकारच्या या अधिकृत घोषणेबरोबरच या नव्या वटहुकूमाची प्रतिक्रियाही वर्तमानपत्रांत आलेली होती. सर्व सरकारपक्षीय व सत्तारुढ पक्षाच्या कार्यकर्त्यांनी या वटहुकुमाचे स्वागत केले होते. या निर्णयामुळे भ्रष्टाचार आता निकालातच निघाला असून लाचलुचपतही एकदम अदृश्य होईल, असे मत एका मंत्र्याने व्यक्त केले होते. ही भीषण समस्या यशस्वीरीत्या सोडविल्याबद्दल काहींनी अर्थमंत्र्यांचे व पंतप्रधानांचे अभिनंदन केले होते. विरोधी पक्षात मात्र याची संमिश्र प्रतिक्रिया होती. काहींनी 'आशावादी दृष्टिकोनातून चांगले काही घडेल का, ते पाहू या,' असे म्हटले होते; तर काहींनी ही उपाययोजना पुरेशी प्रभावी ठरणार नाही, अशी भीती व्यक्त केली होती. सरकारी नोकरांच्या संघटनेने या सरकारी धोरणाचे हातचे राखून स्वागत केले होते. या निर्णयामुळे आमच्या मागण्या काही अंशी पुऱ्या झाल्या आहेत, याबद्दल त्यांनी समाधान व्यक्त केले होते. तथापि, पूर्वी भ्रष्टाचार केल्यामुळे ज्या सरकारी नोकरांना निलंबित करण्यात आले होते किंवा नोकरीला मुकावे लागले होते त्यांनाही या नव्या धोरणाचा लाभ मिळाला पाहिजे, अशी त्यांनी जोरदार मागणी केली होती. लाचलुचपत-प्रतिबंधक खाते आता रद्द करण्यात तर यावेच; पण जो शासकीय सेवक या कायदेशीर मार्गाने जास्तीतजास्त संपत्ती गोळा करील, त्याला आयकरातून ती रक्कम मुक्त करण्याची सवलत मिळावी, अशीही अपेक्षा या संघटनेने व्यक्त केली होती. एकूण देशात सर्वत्र या नवीन वटहुकूमामुळे फार मोठी खळबळ निर्माण झाली होती.

आम्ही दोघांनीही या बातमीवर खूप चर्चा केली.

नको नको म्हटले तरी चहा झालाच. बाळूने पुन्हा दोन कप चहा ढोसलाच. मग तो म्हणाला, ''विशा, भाजी आणायला तू मंडईत जाणारच असशील?''

''हो, का?'' संशयी मुद्रेने मी विचारले.

''मलाही आणायची आहे. काढ, तुझं ते डबडं स्कूटर बाहेर. आपण मिळूनच जाऊ. मी आज तुला कंपनी देतो.''

''निदान भाजीचे पैसे आणलेस ना?''

''हो, ते आहेत.''

''मग चल.''

आम्ही दोघेही स्कूटरवरून मंडईकडे निघालो. वाटेत नाही म्हटले तरी घोटाळा झालाच. एका चौकात सिग्नलचा लाल दिवा असताना माझी स्कूटर पुढे गेली. पोलीसदादाची शिट्टी वाजल्यावर थांबावेच लागले. काय करणार? आता हवालदारदादा एक व्याख्यान ठोकणार, हे लक्षात आलेच. तेवढ्यात हवालदारदादा जवळ आले.

''साहेब, तुमी सुशिक्षित मानसं...'' त्याने सुरुवात केली.

मी मुकाट्याने लायसेन्स बाहेर काढले. त्याच्या आत हळूच पाच रुपयांची नोट ठेवली.

''हे लायसेन्स, बघा तर खरं.''

हवालदारानी मी दिलेले कागद हातात घेतले. मग त्यातली पाचाची नोट सरळ बाहेर काढून खिशात घालून ते हसतमुखाने म्हणाले, ''नोट लपवून द्यायचं कारण नाही सायेब आता. कायदाच झाल्याला है.''

''अरे हो! खरंच की!''

''आता कवाबी हिकडनं आलात तर धेनात ठेवा. सिग्नल तोडलात धा रुपये. डबलशीट-तिबलशीट पंधरा रुपये, ॲक्सिडेंट पंचवीस रुपये. आज पयला दिवस आहे. म्हणून जुन्या रेटनं पाच रुपये घेतो. पण पुढच्या येळेपास्नं...''

''आलं लक्षात.''

असे म्हणून मी स्कूटर पुढे काढली. भाजी घेऊन घाईघाईने घरी परत आलो. आज एकदोन महत्त्वाची कामे उरकून मला गावाला जायचे होते. जेवणखाण उरकून दुपारी कलेक्टर ऑफिसमध्ये गेलो. पाहतो तो तिथला कळकट देखावा पूर्ण बदललेला. पूर्वी आमच्यासारख्यांकडे कुणी ढुंकूनसुद्धा पाहत नसे. कुणाकडे चौकशी करावी, हेही कळायचे नाही. 'चौकशी' अशी पाटी जिथे लावलेली असे तेथे कुणीच जाग्यावर नसायचे. कुणाला काही विचारलेच तर त्रासिक मुद्रेने 'त्या तिकडे' म्हणून तिसऱ्याच टेबलाकडे तो बोट दाखवी. तो तिसऱ्या टेबलावरील सरकारी सेवक चहा प्यायला म्हणून कॅन्टिनमध्ये गेला आहे, असे चौथा कुणीतरी सांगे. शिपाई मंडळी तर तोंड उघडायला तयार नसत.

पण आज सगळेच निराळे होते. वातावरण पूर्ण बदललेले. ऑफिसात शिरल्याबरोबर दोन-तीन शिपायांनी मला सलाम ठोकले. कारकून मंडळी सर्व आपापल्या जागेवर बसलेली आणि त्यांचे आनंदी चेहरे व स्मितहास्य पाहून तर मला भोवळ यायचीच फक्त राहिली.

एक शिपाई सलाम ठोकून अदबीने माझ्याजवळ आला आणि अत्यंत नम्रतेने म्हणाला, ''काय साहेब, काय पाहिजे?''

मी माझ्या कामाचे स्वरूप सांगितले. मला एका जमिनीसंबंधात एक सरकारी दाखला पाहिजे होता. अर्ज देऊन पुष्कळ दिवस झाले होते. काम अगदी मामुली होते, पण झाले नव्हते.

''आजच्या आज काम होईल, साहेब,'' शिपाई म्हणाला, ''चला तुम्ही माझ्याबरोबर. फक्त लाचलुचपतीची फी म्हणून दहा रुपये द्यायचे.''

दहा रुपये सर्वासमक्ष कसे द्यावेत, म्हणून मी इकडेतिकडे जरा बिचकून पाहू लागलो.

''घाबरता काय साहेब? द्या ना सरळ. आता कायदाच झालेला आहे. आता कुणाची भ्या आहे?'' त्याने सरळ आपला हात माझ्यापुढे पसरला.

मी मुकाट्याने दहा रुपये काढून त्याच्या हातावर ठेवले. मग त्याने मला तितक्याच अदबीने संबंधित कारकुनाकडे नेले. कारकूनसाहेबांनीही माझे सुहास्य मुद्रेने स्वागत केले. इतकेच नव्हे, तर मला बसायला खुर्चीसुद्धा पुढे केली. मला एवढा जबरदस्त धक्का बसला म्हणता! खुर्ची लाकडी होती म्हणूनच मी सावरलो. नाहीतर त्या धक्क्याने कुठच्या कुठे फेकला गेलो असतो.

माझ्या कामाचे स्वरूप समजावून घेतल्यावर कारकूनसाहेब नम्रतेने बोलले,

''देतो तुम्हाला दाखला लवकरात लवकर. काळजी करू नका. फक्त माझी लाचलुचपतीची फी पंचवीस रुपये अन् आजच्या आज साहेबांची सही आणली, तर आणखी पंचवीस रुपये.''

''पन्नास रुपये म्हणजे फार होतात हो. काही कन्सेशन दिलं तर बरं होईल.'' मी दीनवाणी मुद्रा केली.

''हे कन्सेशनच आहे, साहेब. उद्यापास्नं आमचे रेट आणखी वाढतील. नवे रेट लवकरच जाहीर होणार आहेत. आत्ता द्या. पुढच्या खेपेला कसर काढून टाकू.''

मी मुकाट्याने पन्नास रुपये काढून राजरोसपणे त्याच्या हातात ठेवले. तास दीड तास थांबलो. त्याने साहेबाच्या सही-शिक्क्यासह मला पाहिजे होता तो दाखला तत्परतेने आणून दिला.

त्या दिवशी सर्वत्र मला हाच अनुभव आला. सरकारी सेवक मंडळी निर्भयपणे आपली फी सांगत होती आणि ती मिळाल्यावर काम तत्परतेने करीत होती. माझ्या मनात आले की, सरकारने हा कायदा केला हे उत्तमच झाले! देशातील लाचलुचपत तर नाहीशी झालीच, पण आपली कामेही भराभरा होऊ लागली. आता खिशाला चांगली चाट बसते, हे खरे आहे; पण त्याला इलाज नाही. कामे भराभर व्हावी, असे वाटत असेल, तर एवढा त्याग केलाच पाहिजे. काय करणार?

रात्री रेल्वेने मुंबईला जाऊन दुसऱ्या दिवशी लगेच परत यायचे होते. गडबडीत रिझर्व्हेशन वगैरे काही केलेले नव्हते, पण आता मला धाकधूक वाटली नाही. तिकीट काढून मी सरळ एका डब्यात घुसलो आणि कंडक्टरला म्हटले, ''हे तिकीट आणि तुमचे हे लाचलुचपतीचे दहा रुपये.''

कंडक्टर हसून म्हणाला, ''वा! साहेब, तुम्ही खरी समजदार माणसं. नवीन कायदा झालेला तुम्हाला ठाऊक आहे असं दिसतं. अजून काही अडाणी माणसं भेटताहेत. जागा रिकामी आहे ना, मग द्या आम्हाला जागा, म्हणून निष्कारण

आमच्याशी भांडताहेत. खरं म्हणजे या वेळेपर्यंत नवीन कायदा सर्वांनाच माहीत पाहिजे की नको?''

''खरं आहे तुमचं म्हणणं.'' मी मान डोलवली.

''मी सरळ त्यांना जागा नाही म्हणून सांगितलं. कायद्याचं अज्ञान ही सबब होऊ शकत नाही म्हणून सरळ त्यांना सांगून टाकलं. अजून पाच रुपये दिले, तर बरं होईल. आता रेट थोडा वाढला आहे.''

मी पाच रुपये त्याच्या हातावर ठेवले. कंडक्टरसाहेबांच्या मुद्रेवर आता अगदी दैवी समाधान उमटले.

''आता तुम्हाला म्हणून सांगतो, साहेब, अजून पाच रुपये दिले तर खिडकीजवळची शीट देणार आम्ही उद्यापास्नं, पण आज तुम्हाला फ्री देतो. बसा त्या खिडकीजवळच्या सीटवर.''

त्या दिवशी माझा प्रवास चांगला झाला. पंधरा रुपये जास्ती गेले; पण कटकट राहिली नाही. मला पुन्हा एकदा वाटले, झाले हे छानच झाले! या नवीन कायद्याने लोकांची सोय झाली आहे आणि सरकारी मंडळी एकदम सौजन्यशील बनली आहेत.

मुंबईत सर्वत्र याच नवीन वटहुकुमाची चर्चा चालली होती. सचिवालयातील कामे भराभरा होत आहेत, असे कुणीकुणी सांगत होते. सरकारी ऑफिसांची कार्यक्षमता एकदम वाढली असून लोकांच्या तक्रारी एकदम दूर झाल्या आहेत, असे सर्वच कबूल करीत होते. पैसे जास्ती खर्च होतात, अशी तक्रार फक्त काही खत्रूड लोकांनी केली होती; पण बाकी एकंदर वातावरण एकदम समाधानकारक होते. बहुतेक सर्व वर्तमानपत्रांनी या वटहुकुमावर अग्रलेख लिहिले होते. काही वृत्तपत्रांनी नवीन कायद्याचे एकदम स्वागत केले होते. 'स्वागतार्ह पाऊल' म्हणून या धोरणाचा गौरव केला होता. 'भ्रष्टाचार आता इतिहासजमाच झाला,' अशी ग्वाही काही संपादकांनी आपल्या अग्रलेखातून दिली होती. देशी, परदेशी, कुठल्याही कंपन्यांकडून सरकारने आता उघडउघड लाच घ्यावी आणि निर्भयपणे खरेदीचे व्यवहार करावे. विरोधकांचे मुस्काट फोडून काढावे, असा सल्ला काहींनी दिला होता. वाचकांच्या पत्रव्यवहारातही एक चांगली सूचना आली होती. 'देवीचा रोगी कळवा आणि हजार रुपये मिळवा' असे घोषणाफलक सर्व ठिकाणी लावून देवीचे निमूर्लन झाल्याचे सरकारने जाहीर केले होते. याही प्रकरणात सरकारने असेच करावे. 'बेकायदेशीर भ्रष्टाचार करणारा कळवा आणि दहा हजार (कायदेशीर) मिळवा' अशी नवी घोषणा शासनाने सर्वत्र जारी करावी, असे त्याने सुचविले होते. काही विरोधी पक्षाच्या वर्तमानपत्रांनी मात्र अपेक्षेप्रमाणे विरोधी सूर काढला होता. 'हे उपाय टिकाऊ नव्हेत.' हे लोकमान्यांचे प्रसिद्ध शीर्षक त्याने आपल्याही अग्रलेखाला दिले

होते. लाचलुचपत-प्रतिबंधक खात्यातील लोक आता बेकार होतील. त्यांची सोय सरकार कोठे करणार, असा रोकडा सवाल एका संपादकीयात होता. सर्वत्र भ्रष्टाचार कायदेशीरपणे चालू आहे, हे पाहण्याचे काम या खात्याकडे सोपविण्यात यावे, अशीही त्यांनी सरकारला विधायक सूचना केली होती. असे जरी असले, तरी एकूण प्रतिक्रिया समाधानकारक होती. बहुसंख्य जनतेने नवीन कायद्याचे स्वागतच केले होते. मंत्रिमंडळात तर अगदी आनंदी वातावरण होते.

एक मंत्री यासंबंधी मुलाखत देताना स्पष्ट म्हणालेच, 'या कायद्यामुळे आमची फारच मोठी गैरसोय दूर झालेली आहे. आम्हाला 'इन्सेंटिव्ह'ची प्रेरणाच मिळालेली आहे. आता कामं भराभरा करण्यास आम्हाला जोर चढला असून जनतेनं त्वरित आमच्याकडं यावं आणि आपापली कामं करून घ्यावीत, असं आमचं जनतेला आवाहन आहे.'

एकूण सर्वत्र प्रसन्नतेचे आणि निरामय वातावरण निर्माण झालेले दिसत होते. सरकारी कार्यालयातील तत्परता भलतीच वाढली होती. कामे चटाचट उरकली जात होती. लोकही फारशी कुरकुर करताना दिसत नव्हते.

काही दिवस असे छान गेले.

बाळू आमचा दोस्त. तो तर सरकारी नोकर. कुठल्याशा खात्यात कारकून म्हणून तो रोज सकाळी दहा ते संध्याकाळी पाचपर्यंत झोपा काढीत असे. अलीकडे मात्र त्याला या कामामुळे दिवसाचे जागरणच घडत होते, पण हल्ली त्याची मुद्रा प्रसन्न असायची. रोज खिशातून तो नोटांची पुडकी घरी आणीत असे. त्यामुळे त्याची बायकोही खूश होती. त्याला रोजच्या रोज सकाळी नियमित चहा मिळत होता. हल्ली त्याचे येणे-जाणे जवळजवळ बंदच झाले होते.

त्या दिवशी सकाळी मी नेहमीप्रमाणे चहा पीत बसलो होतो. एकदम दारावरची घंटी वाजली. दारावर थपडा ऐकू आल्या. त्यापाठोपाठ दार धडाधड वाजले.

सौभाग्यवती म्हणाली, ''फार दिवसांनी बाळूभावजी आले हं.''

आणि तिने दार उघडले. अपेक्षेप्रमाणे बाळूच दारात उभा. चेहरा मात्र कष्टी आणि उदास. माझ्याजवळ येऊन मुकाट्याने बसला. बराच वेळ झाला तरी काही बोलेचना. शेवटी दोन कप चहा पोटात गेल्यावर त्याला कंठ फुटला. त्याने मोठ्यांदा सुस्कारा सोडला.

''अरे, तुला काय झालं काय? सध्या लेको तुमची चैन आहे. रोज पैसे मिळताहेत, मग चेहरा का तुझा असा उपाशी गाढवासारखा?'' मी कुतूहलाने विचारले.

''काय सांगायचं, विशा? कामातील सगळी मजाच गेली बघ.''

''का, काय झालं? हल्ली वरकड पैसे मिळत नाहीत का?''

''ते मिळतात रे!''

''मग?''

''पण त्यातली मजा गेली.''

''म्हणजे?''

''अरे, पूर्वी कसं पैसे घेताना छान वाटायचं.'' बाळू तक्रारीच्या सुरात सांगू लागला, ''कुणीही कामासाठी माणूस आला, की आम्ही त्याला टोलवायचे. हेलपाटे घालायला लावायचो. तो रडकुंडीला यायचा. असा छान खेळ चालायचा. मग तो आम्ही म्हणेल ते पैसे मुकाट्याने द्यायचा. कॅन्टिनमध्ये जाऊन गुपचूप देवाण-घेवाण व्हायची. कसं थ्रिल होतं जीवनात.''

''अन् आता?''

''आता काय? लोक येतात, सरळ आपल्या कामाचा रेट विचारतात. युनियननं प्रत्येक कामाचे रेट ठरवून दिले आहेत. छापील कोष्टकच प्रत्येक ऑफिसमध्ये लावली आहेत. लोकच आम्हाला तो रेट दाखवितात. पैसे सरळ टेबलावर ठेवतात. मग काय, मुकाटपणानं आम्हाला त्यांची कामं करावीच लागतात. दिवसभर कामानं मुडदा पडतो. झोपेपरी झोप गेली आणि थ्रिलही गेलं. आता काही मजा नाही राहिली सरकारी नोकरीत. काय करावं काही कळत नाही. नोकरी सोडू का रे?''

बाळूची मुद्रा एकदम करुण झाली होती. त्याची ती दुर्दशा मला पाहवेना. किती झाले तरी लंगोटीमित्र. अशा प्रसंगी मदतीचा हात पुढे करणे खऱ्या मित्राचे कर्तव्यच आहे. माझ्या डोक्यात एकदम एक नवीन कल्पना वळवळली.

मी म्हटले, ''आहे, एक उपाय आहे.''

''कोणता?'' त्याने उत्सुकतेने विचारले.

''नवीन रेटप्रमाणे लोक पैसे देऊ लागले, की तू लोकांना सांग, तुमचं काम अर्थातच मी करणार; पण जरा वेळ लागेल. इतरही लोकांनी पैसे दिले आहेत. त्यांची कामं झाली की तुमचं काम हातात घेतोच. या दोन-तीन दिवसांनी. पहिल्यासारखं पिटाळून लाव त्यांना.''

''अन् पुढं?''

''पुढं काय? तो इसम पुन्हा आला तर हेच पुन्हा सांगायचं. तुमचा अर्जच सापडत नाही म्हणायचं. साहेब फार कामात आहेत. सही व्हायला वेळ लागेल, म्हणून सरळ सांगून टाकायचं. पुन्हा त्याला घरी पिटाळायचा.''

''का पण, कशासाठी हे सगळं?''

''तेच सांगतोय ना. हेलपाटे असे चार-दोन झाले की तो मनुष्य वैतागून जाणारच. मग त्याला हळूच सांगायचं -''

''काय?''

''तुमचं प्रकरण वर काढायचं असेल, तर या अधिकृत रेटशिवाय आणखी रक्कम

द्यावी लागेल म्हणायचं. अगदी गुपचूप. म्हणजे ताबडतोब काम होईल. बघ, पुन्हा थ्रिल निर्माण होतं का नाही ते. अरे, होणारच.''

बाळूचे डोळे एकदम चमकले. त्याने टुण्दिशी उडीच मारली. खाली आल्यावर त्याने मला प्रेमभराने कवटाळले. अजून माझी दाढी झाली नव्हती म्हणून. नाहीतर त्याने माझ्या गालाचा मुकाच घेतला असता.

''विशा, विशा, अरे, मास्तर आहेस, पण किती हुशार आहेस रे तू... आम्हा सरकारी कर्मचाऱ्यांची अबूरच राखलीस तू आज. द्रौपदीनं जशी कृष्णाची राखली म्हणतात ना.''

''द्रौपदीनं कृष्णाची नाही रे, कृष्णानं द्रौपदीची.'' अगदी ढोबळ चूक मला पाहवेना, म्हणून मी तत्परतेने खुलासा केला.

''तेच ते रे. दोन्ही एकच.''

- असे म्हणून बाळू उठला आणि झपाट्याने नाहीसा झाला.

मी सांगितलेली सूचना त्याने ताबडतोब प्रत्यक्षात आणली. सरकारी नोकरीतला कंटाळवाणेपणा लगेच नाहीसा झाला आणि पूर्वीचे थ्रिल पुन्हा त्याच्या आयुष्यात अवतरले. मी सुचवलेली ही युक्ती मग बाळूपाशीच थांबली नाही. ती हळूहळू इतरही कर्मचाऱ्यांपर्यंत जाऊन पोहोचली. सर्वच सेवकांत पुन्हा चैतन्याचे वारे पसरले. त्यांनीही तोच मार्ग स्वीकारला. पुन्हा त्यांचे चेहरे पूर्वीसारखे त्रासिक झाले. पुन्हा सरकारी ऑफिसात तोच रम्य कळकटपणा आला. पुन्हा तीच गोड बेपर्वाई आली.

आता नवीन कायद्यामुळे देशातील भ्रष्टाचार आणि लाचलुचपत नाहीशी झालीच आहे. कायद्यानुसार लाचलुचपतीचा अधिकृत रेट ठरलेला आहे. त्याप्रमाणे लोक पैसे देतात; पण सर्वच गरजू लोक पैसे देतात, कामाची गर्दी उसळते. म्हणून कर्मचारी मंडळी अधिकृतपणे ते पैसे स्वीकारतातच. तथापि - लोकांची कामे लवकर व्हावीत, म्हणून ते हा उपायही त्यांना सांगतात. आपले काम लवकर व्हावे म्हणून काही जण आणखी पैसे देतात. त्यांची कामे आणखी लौकर होतात.

एकूण काय, सर्वत्र आनंदीआनंद आहे.

भोकरवाडीतील दत्तक-प्रकरण

सकाळी लवकर उठायची चेंगटला जन्मात कधी सवय नव्हती, पण त्या दिवशी पोट बिघडल्यामुळे त्याला उठावेच लागले. तांब्या हातात घेऊन तो बाहेर पडला. यथासांग सर्व आटोपून तो ओढ्यावर आला, तेव्हा चांगले उजाडले होते. कोवळी उन्हे झाडाच्या शेंड्यावर आली होती आणि सोनेरी पाने लखलखत होती. गार वाऱ्याच्या गुदगुल्या करणाऱ्या झुळका अंगाला बिलगत होत्या. कसे प्रसन्न वाटत होते!

चेंगटाने ओढ्याच्या स्वच्छ पाण्यात हातपाय, तोंड धुतले. मग कधी नव्हे तो एक चांगला विचार त्याच्या डोक्यात आला. जवळच मारुतीचे देऊळ होते. दर्शन घ्यावे आणि मग घराकडे सुटावे, असे त्याला वाटले. हातात तपेली धरून तो तसाच मारुतीच्या देवळाकडे आला.

एरवी या वेळी देवळात कोणी नसायचे, पण आज सात-आठ मंडळी घोंगडे टाकून बसलेली दिसली. एक भटजीबुवाही दिसले. महा इस्कलबाज असा बापू पाटीलही त्यांच्यात दिसला, तेव्हा नाना चेंगटाला जरा आश्चर्यच वाटले. जमलेली मंडळीही त्याने ओळखली. त्यातले दोघेतिघे गावातले होते. बाकीचे चिलाच्या वाडीचे होते. सगळेच टगे होते. या टग्यांचे एवढ्या सकाळी मारुतीच्या देवळात काय काम? नक्कीच काहीतरी घोळ आहे.

चेंगटाने लांबूनच मारुतीरायाचे दर्शन घेतले. मग कुणातरी एकाला विचारले, ''आज सक्काळ-सक्काळचा काय पोग्राम काढलाय?''

''दत्तकविधान है.'' एकाने कुणीतरी सांगितले. नानाचे डोळे विस्फारले.

''दत्तक घेन्याचा पोग्राम?''

''हां.''

''कोण घेणार?''

''पाटलाची जनाबाई न्हाई का? ती घेतीय.''

''कुनाला?''

''भावाच्या पोराला.''

पाटलाची जनाबाई चेंगटाला माहीत होती. नवरा मारुती पाटील मागेच मेला होता. पोरबाळ न होताच जनाबाई रंडकी झाली होती. घरी बारदाना मोठा

होता. जमीनजुमला रगड होता. तसे घर गबरगंडापैकी होते. अनेकांचा तिच्या इस्टेटीवर डोळा होता. खरे म्हणजे तिला सख्खा पुतण्या होता. तो आजोळी शिकत होता. त्यालाच ही इस्टेट मिळणे रास्त होते, पण बाकीच्यांचीच धडपड चालली होती. आपला मुलगा तिने दत्तक घ्यावा, म्हणून कुणीकुणी खेटे घालीत होते. जनाबाईचा भाऊ बापू पाटील हा तर गावगुंडच होता. बहिणीने आपला पोरगा दत्तक घ्यावा, म्हणून तो एकसारखा भोकरवाडीला हेलपाटे घालीत होता. म्हातारी जनाबाई आता अंथरुणाला खिळली होती, पण अजून तिने कुणाला दाद दिली नव्हती.

मग आज एकदम ही दत्तक घेण्याची तयारी कशी? अन् इतक्या गुपचूप? गावात तर अजून कुणाला पत्ताही नाही. बाबू पैलवानाला असेच जाऊन सांगावे का? नको - आधी हा समारंभ बघावा. आपण तरी दत्तक कसा घेतात, हे कुठे बघितले आहे? नंतर सवडीने बाबूला हा वृत्तान्त सांगावा.

चेंगट बसला. बापू पाटील उगीचच त्याच्यावर गुरकावला.

''का बसलाहेस? झालं ना दर्शन? मग सूट.''

''मीबी बगतो ना तुमचा पोग्राम,'' चेंगट म्हणाला.

खरे म्हणजे आपल्याला पुन्हा ओढ्यावर जावे लागणार की काय, असे त्याला वाटत होते. पोट अजून गुडगुडत होते. घराकडे जाऊन परत येण्यापेक्षा थोडा वेळ इथेच काढावा हे बरे, असा विचार त्याने केला होता. बापूने त्याच्याकडे उगीचच चिडखोर दृष्टीने पाहिले. इतर मंडळींकडे एक दृष्टिक्षेप टाकला. मग म्हणाला, ''बरं बस, पण तिथंच बस. पुडं सरकू नकोस.''

चेंगटाच्या जवळच एका खांबाला टेकून एक जाड्या बसला होता. तीस-पस्तीस वयाचा हा जाड्या सगळ्या बाजूनी सुटला होता. तोंडात पानतंबाखूचा तोबरा भरून तो गपचिप एक मांडी हलवीत बसून राहिला होता.

चेंगटाने निरखून पाहिले. म्हाताऱ्या जनाबाईला एका खांबाला टेकून बसवले होते. ती बरीच आजारी असावी. तिने डोळे मिटून घेतले होते. एखादे दमलेभागलेले माणूस शांतपणे काही हालचाल न करता एका जागी पुतळ्यासारखे बसून राहाते, तशी ती बसून राहिली होती. तिची कसलीच हालचाल नव्हती. हिच्या मांडीवर आता दत्तक देणार तर! पण दत्तकाचा पोरगा कुठाय? भोवताली सगळे मिशीवाले बापेच आहेत. लहान पोरगा एकही दिसत नाही.

गप्प बसणे चेंगटाच्या स्वभावातच नव्हते. एक मांडी हलवीत बसून राहिलेल्या त्या जाड्याची हलती मांडी धरून त्याने विचारले, ''दत्तकाचं पोरगं कुठाय?''

तो गड्या एकदम दचकला. त्याने चेंगटाकडे चमत्कारिक दृष्टीने पाहिले. तोंड पानतंबाखूने गच्च भरलेले होते. त्याला तोंडाने काही उत्तर देणे अशक्यच होते. त्याने

नुसतीच प्रश्नार्थक मुद्रा केली. हात हलवून 'काय' म्हणून विचारले. चेंगट म्हणाला, ''दत्तक घेनार हैत ना? मग पोरगं कुठाय?''

आता कुठे त्या गङ्ग्याला प्रश्न समजला. 'जरा थांबा' अशी खूण करून तो उठला आणि कोपऱ्यात जाऊन एक लालभडक पिचकारी बाहेर सोडून परत आला, खाली बसला.

''पोरगं?''

''हां.''

''ह्यॅ ह्यॅ! मीच दत्तक जानार है म्हातारीला,'' गङ्ग्या हसला. ''जनाबाई म्हंजे मावळणच की माजी.''

हा जाड्या म्हणजे बापू पाटलाचा पोरगा आणि त्यालाच दत्तक घेण्याचा कार्यक्रम आहे, हे चेंगटाला समजले. त्याने मुंडी हलविली. कुणीतरी तेवढ्यात बापूला विचारले, ''बापूमामा, कशासाठी थांबलाय? आटपा लौकर.''

''तो फोटोग्राफर येतोय. त्याच्यासाठी तर समदं खोळंबलंय काम. म्हणाला मला फटफटीवर बसून मी टैमाला येतो म्हणून. अजून जात कशी न्हाई उगावली कुणाला ठावं.''

बापूमामा खवळून एवढे बोलतो आहे, तेवढ्यात फटफटीचा आवाज आला. ओढ्या-वरच्या गावरान पुलावरून फटफटी ठेचकाळत ठेचकाळत आली आणि फोटोग्राफरसाहेब तत्परतेने देवळापाशी येऊन थांबले. भराभरा वर आले. त्यांनी कॅमेरा सज्ज केला.

मग दत्तकविधानाचा कार्यक्रम रीतसर सुरू झाला. भटजींनी सांगितलेली प्रत्येक गोष्ट पद्धतशीर अमलात आली. भटजींनी पहिल्यांदा कुणालाही न कळणारी अशी बडबड थोडा वेळ केली. मग त्या जाड्याच्या कपाळावर कुंकवाचे बोट ओढले.

''हं, पांडोबा, बसा आता म्हातारीच्या मांडीवर,'' असे सांगितल्यावर पांडोबा नावाचा तो जाड्या म्हाताऱ्या जनाबाईच्या मांडीवर गचकन बसला. त्या ओझ्याने म्हातारीच्या मांडीचे हाड बहुधा पिचले असावे, याबद्दल चेंगटाला खात्री वाटली, पण म्हातारीने हूं का चूं केले नाही. मग भटजीच्या सूचनेनुसार दत्तक पोराच्या तोंडात चिमूटभर साखर घालण्याचा कार्यक्रम झाला. म्हातारीच्या अंगात कसलेच त्राण राहिलेले नव्हते. बापू पाटलानेच तिचा हात धरून तो पांडोबाच्या तोंडात साखरेसकट घालण्याचा प्रयत्न केला. पण म्हातारीचा हात अिाण पांडोबाचे तोंड यांचा मेळ लवकर जमता जमेना. एकदा तर पांडोबाच्या कानातच साखर गेली. शेवटी बापूमामाने तिचा हात पुन्हा नीट धरून तो आपल्या पोराच्या तोंडाजवळ नेला. पांडोबानेच तोंड लांब पुढे करून ती साखर एकदाची खाल्ली.

मग भटजी म्हणाले, ''आता मस्तकाचं अवघ्राण करायला सांगा म्हातारीला.''

कशाचे काय करा, हे कुणालाच नीट समजले नाही. बापूमामाच खवळून म्हणाला, ''नीट सांगा की काय करायचं?''

''मस्तकाचं अवघ्राण,'' भटजींनी खुलासा केला. ''म्हणजे मस्तक हुंगायचं.''

''ते कशाला?''

''तसं शास्त्र आहे. ते झाल्याशिवाय दत्तकविधान पूर्ण होत नाही.''

त्याबरोबर मामानी पोराला खूण केली. पांडोबाने म्हातारीचे मस्तक हुंगले. आता मात्र भटजी वैतागले.

''अहो, तुम्ही नाही. म्हातारीनं तुमचं मस्तक हुंगायचं.''

''म्हातारी कशाची हुंगती? तिची तब्येत न्हाई बरी.''

बापूमामाने कुरकुर केली, पण भटजींनी बजावून सांगितल्यामुळे तोही विधी कसाबसा पूर्ण झाला. फक्त त्याला बराच वेळ लागला इतकेच. कारण म्हातारीच्या मांडीवर बसलेले हे चिरंजीव चांगले उंचेपुरे होते. त्यामुळे त्यांना म्हातारीच्या मस्तकाचे अवघ्राण करणे सोपे होते. कारण म्हातारीचे मुंडके त्यांच्या बगलेतच होते. पण म्हातारीने त्याचे डोके हुंगणे ही गोष्ट कठीण होती. बापूमामानीच मग हातभार लावून आणि पांडोबाला डोके खाली करायला लावून तो कार्यक्रम कसाबसा पूर्ण केला.

सर्वांनी सुटकेचा नि:श्वास सोडला.

मामा मिशा पिळीत म्हणाले, ''झालं ना सगळं? फोटोवाले, तुम्ही चिट्दिशी फोटो काढा, म्हणजे आमच्या भैनीला घरात नेऊन निजवायला बरं. तिला अजिबात आता सोसत न्हाई हं. आटपा लौकर.''

फोटोग्राफरने हातातला कॅमेरा सज्ज ठेवलाच होता. यात आपलाही फोटो यावा, म्हणून चेंगट हळूहळू सरकत पुढे येतच होता. फोटोग्राफरने 'रेडी' म्हणायच्या वेळेत अगदी म्हातारीच्या मांडीजवळ आणि पांडोबाला अगदी खेटून बसण्याच्या जागेपर्यंत त्याने पुढे भरारी मारली होती. पांडोबाने त्याच्याकडे रागाने पाहिले. तेवढ्यात चेंगटाने कॅमेऱ्याकडे तोंड करून चेहरा हसरा केलासुद्धा.

'क्लिक' असा आवाज झाला आणि चमकन् उजेड चमकला. फोटो निघाला फोटोग्राफरला कसली तरी शंका आली. त्याने आणखी एक फोटो काढला. त्याचे काम संपले.

बापू पाटलाने इशारा केला. कुणीतरी भराभरा पानसुपारी वाटली. सर्वांना एकेक पेढा वाटला. चेंगटलाही दिला.

बापूने मग चेंगटाला बजावले, ''हं, सुटा म्हाराज. आता थांबू नका.''

कुणीतरी दोघा-तिघांनी म्हातारीला उचलून जवळच्या घरात नेले. एकेक हळूहळू हलले. चेंगट देवळाबाहेर पडला. लांब जाऊन रस्त्यावर वाट पाहत थांबला.

समोरून बाबू पैलवानच येताना दिसला, तेव्हा त्याला एकदम हायसे वाटले.

बाबूला हा सर्व मजेदार वृत्तान्त सांगावा. त्याला गंमत वाटेल. रात्री कंपनीलाही ही गंमत वर्णन करून सांगावी.

पण बाबूला जेव्हा चेंगटाने ही गंमत सांगितली, तेव्हा तो खूश तर झाला नाहीच, उलट तो चेंगटावर चिडलाच. एकदम डाफरला, ''म्हंजे त्यो फोटोवाला हितं आला हुता?''

''तर. फोटो काढायचा म्हनल्यावर त्याला हितं यायला नगो?'' चेंगटाला आश्चर्य वाटले.

बाबू असा का प्रश्न विचारतो आहे? त्याचे फोटोवाल्याशी काय काम आहे?

''लेका, मग मला आधी सांगायचं न्हाईस?''

''कशाबद्दल?''

''त्यो फोटोवाला आला म्हून.''

''आता मला तरी काय सपान पडलंय व्हय? देवळात मी टेकलो, तर त्यो आलाच.''

''मग? त्यो आल्यावर माझ्याकडं पळत यायचं. मीबी आलो असतो लगेच तुज्याबरुबर.''

''दत्तक बघायला?''

''हॅट! त्या येड्या पांडोबाला काय बगायचं?''

''मग?''

''आपलाबी फोटो काड, म्हून त्या फोटोवाल्याला सांगटलं आसतं.''

आता चेंगटाला उलगडा झाला. बाबूची बरेच दिवसाची ती इच्छा होती. आपला एक झकासपैकी फोटो काढावा, असे त्याला फार वाटत होते; पण तो योग अजून आला नव्हता. नाही म्हणायला जत्रेतल्या एका शिकाऊ फोटोग्राफरकडून एकदा बाबूने आपली छबी उतरवून घेतली आहे; पण तो आपलाच फोटो आहे, यावर खुद्द बाबूचाच विश्वास बसला नव्हता. काही जणांना बाबूचा बाप मेला त्या वेळी काढलेला हा फोटो असावा, अशी शंका आली होती. तर काही जणांना बाबू आजारी पडल्यावर डॉक्टर लोक इस्पितळात रोग्याचा फोटो काढतात, त्याचा हा फोटो असावा, असे खात्रीपूर्वक वाटत होते. तेव्हापासून बाबूने तो फोटो बासनातच बांधून ठेवला होता. पुन्हा काही त्याने तो कुणाला दाखवण्याचे धाडस केले नव्हते. आपला एक चांगल्यापैकी फोटो काढावा, ही त्याची महत्त्वाकांक्षा अजून तशीच अपूर्ण राहिली होती. चेंगटाच्या ध्यानात सगळा प्रकार आला.

तत्परतेने मान हलवून तो म्हणाला, ''अजून त्यो गेला नसंल. देवळातच आसंल. जायाचं का तिकडं?''

''आरं जायाचं म्हणून काय इचारतोस? चल.'' बाबूने डोळे वटारलेच.

नाही तरी बाबू मारुतीच्या देवळाकडेच निघाला होता. त्याला दर्शन घ्यायचेच होते. रोजचाच तो परिपाठ. देवळात फोटोग्राफरचीही गाठ पडेल, ही बातमी कळल्यावर तो खूश झाला. चुटक्या वाजवून चेंगटाला घाई करत म्हणाला, ''चल चल लवकर! गाठ पडायला पायजे हां. तुला आधीच सांगून ठेवतो. न्हाई भेटला तर मग लै वाईट है मी. मारच खाशील तू.''

फोटोग्राफर नाही भेटला, तर आपला दोष काय आणि कशासाठी मार खायचा, हे प्रश्न बाबूला विचारण्यात काही अर्थ नव्हता. आता आपली काही सुटका नाही एवढे खरे. बाबूबरोबर देवळात जावे, एकूण रागरंग बघावा आणि झटकन घराकडे धूम ठोकावी. दुसरा काही मार्ग नाही. भेटला, तर बरेच झाले. नाही तर पळायची तयारी ठेवावी. चेंगटाने असा मनाशी विचार केला.

मग दोघेही देवळात जाऊन पोहोचले.

चेंगटाची छाती धडधडत होती, पण देवळात पोहोचल्यावर त्याचा ताण कमी झाला. फोटोग्राफर दिसत नव्हता, पण त्याची मोटारसायकल अजून जागेवर होती. त्याची पिशवी खांबाजवळ ठेवलेली तशीच दिसली आणि मुख्य म्हणजे त्याचा कॅमेरा खांबाजवळ तसाच ठेवलेला होता. ही मूर्ती अजून इथेच आहे म्हणायची! पण गेला कुठे? सामान, कॅमेरा तर इथंच आहे.

''हाच का कॅमीरा?'' असे म्हणून बाबूने तो उचलला आणि उलटापालटा करून बघितला. त्यावरची एकदोन बटने वरखाली करून पाहिली. आतून सुर्रर्र असा आवाज झाल्यावर तो दचकला. मुकाट्याने त्याने तो खाली ठेवून दिला. हळूच इकडे- तिकडे पाहिले.

''ओ पैलवान, हात लावू नका मेहेरबान कॅमेऱ्याला. ते खेळणं है का?'' असे ओरडून एकदम फोटोग्राफर देवळातल्या गाभाऱ्यातून बाहेर आला. त्याची मुद्रा चिडखोर दिसत होती. दुसरा कोणी असता, तर त्याने हात लावणाऱ्याला एक सटकाच ठेवून दिला असत, पण बाबूच्या बाबतीत ती गोष्ट अशक्य होती. बाबूला पाहिल्यावर कुणीही ती कबूल केली असती.

निरागस मुद्रा करून बाबू म्हणाला, ''हात कुठं लावलाय? नुसतं बघितलं, चालू है का न्हाई ते.''

''तुम्हाला त्याच्याशी काय करायचंय?'' फोटोग्राफर गुरगुरला.

''आमचाबी फोटो काढायचाय.''

''फोटो?''

''हां.''

''टैम न्हाई. मी निगालो.''

''आमचा फोटो काढून जावा.''

''फुकट काढत नसतो. धंदा आहे आमचा.''

''काय आसतील ते पैशे घ्या.''

''वीस रुपये पडतील. आन् आगाऊ द्यायला पायजेल.''

''आगाऊ न्हाई. फोटो काढा. कापी आम्हाला द्या अन् मग पैसे घ्या.''

''न्हाई जमायचं.''

झटक्यात बाबूने कॅमेरा उचलला. एका हाताने उंच वर धरला. निर्णायक स्वरात सांगितले.

''एकदम आपटून खलास करीन. करू का?''

फोटोग्राफर घाबरला. या पैलवान लोकांना आधीच डोके कमी. त्यातून आपण त्याला बिघडवायला नको, आपला कॅमेरा या भांनगडीत कामातून जाईल. त्यापेक्षा फोटो काढणे हे बरे. उगीच कटकट नको. त्याने दादापुता करून बाबूला शांत केले. मग बाबूला पोझ घ्यायला सांगितली. बाबू मघाच्या जागी ऐटीत बसला. त्याच्या आधी गाभाऱ्यात जाऊन नेहमीप्रमाणे मारुतीरायाचे त्याने दर्शन घेतले. दोन्ही भिवयांच्या मध्ये शेंदूर लावला. मग आरामात मांडी घालून तो हसरी मुद्रा करून बसला. चेंगटही त्याच्या मांडीला मांडी लावून पुन्हा तेवढ्याच उत्साहाने त्याच्याजवळ बसला. दोघांनीही तोंडाला रग लागेपर्यंत हसरे चेहरे कायम ठेवले.

फोटोग्राफरने फोटो काढला.

या दत्तकाच्या फोटोबरोबरच तुमचेही फोटो पाठवून देतो, असे कबूल करून त्याने आपली सुटका करून घेतली. कॅमेरा पिशवीत घातला आणि फटफटीवर मांड टाकली. फटफट आवाज करीत तो झटक्यात दिसेनासा झाला.

सकाळी हा प्रकार घडला आणि थोड्याच वेळाने 'जनाबाई मेली... जनाबाई मेली.' म्हणून गावभर आरडाओरडा झाला. लोक जमले.

बापू पाटील रडतारडता जोरजोरात सांगू लागला, ''आत्ता मेली हो. घंटाच झाला आसंल. मरायच्या आधी म्हणाली, मला तुझं पोरगं दत्तक घ्यायचंय. सकाळीच दत्तकाचा कार्यक्रम झाला. समदं रीतसर पार पडलं. भटजी धडपडत आणला. फोटोवाल्याला बोलावलं. समदं येवस्तेशीर करून म्हातारी मेली.''

पण लोकांना ते काही खरे वाटले नाही. नाना तऱ्हेची कुजबुज सुरू झाली. जनाबाईने मरायच्या आधी दत्तक घेतला ही गोष्ट खोटी असली पाहिजे, असे लोक एकमेकांस सांगू लागले. ही बाई मेल्यावर बापू पाटलाने मुडदा बसवून त्याच्या मांडीवर पोराला दत्तक दिला; भटजी आणि फोटोवाल्याला पैसे चारले, असे उघडउघड लोक बोलू लागले. बापू पाटलाच्या तोंडावरही काही जणांनी ही गोष्ट बोलायला कमी केली नाही.

बापू पाटील तावातावाने म्हणाला, ''कुणी काही म्हणा. गोष्ट खरी है. दत्तक कायम है. फोटोच तुम्हाला दाखवितो मग तर झालं?''

रात्री गणामास्तरच्या कट्ट्यावर कंपनीची बैठक भरली, तेव्हा गणामास्तरही चेंगटावर रागावला. नाराज मुद्रा करून तो म्हणाला, ''आता तुला वळखू न्हाई आलं व्हय, म्हतारी जिती हाय का मेल्याली?''

चेंगट्याने तत्परतेने मान हलवली.

''तरी मला वाटलंच बरं का गणामास्तर. मनात म्हटलं, म्हातारी हालत का न्हाई, बोलत का न्हाई?''

रागारागाने बाबूने त्याच्या पाठीत एक दणका घातला.

''वाटलं म्हंजे? जवळ जाऊन बगायचं न्हाई? म्हातारी जिती है का मेल्याली है? आं?''

''कसं बगायचं?'' पाठ चोळत चोळत चेंगट्याने लांब सरकत विचारलं.

''कसं म्हंजे? जवळ जाऊन हाक मारायची, जनाबाई... म्हणून. ओ देती का न्हाई बगायची. नाडी बगायची. नाकाला दोरा लावून बगायचं.''

बाबूच्या या सूचनेवर चर्चा करणे अर्थातच अशक्य होते. आपली चूक मुकाट्याने कबूल करणे, हाच बाबूला शांत करण्याचा मार्ग होता.

तेवढ्यात गणामास्तर गंभीरपणे म्हणाला, ''चेंगट मर्दा, ही बाब आता कोर्टात जाणार. तू फोटोत हैस ना? मग तुझी साक्ष निघणार. मेलेली बाई तुला कशी कळली नाही, म्हणून लोक तुला इचारणार. कोर्टबी इचारणार. नाही त्या भानगडीत पडलाच कशाला तू? तूपण बापू पाटलाकडनं पैसे खाल्लेस, म्हणून लोक तुलाबी नावं ठिवणार.''

चेंगट घाबरला. नाही त्या भानगडीत आपण विनाकारण अडकलो, ही गोष्ट त्याला कळून चुकली. निदान त्या फोटोत आपण घुसायला नको होते, ही गोष्ट त्याला पटली; पण आता त्याचा काही उपयोग नव्हता. त्याने एकदम रडके तोंड केले.

बाबू सहानुभूतीच्या आवाजात म्हणाला, ''चेंगट, तू काई काळजी करू नगोस. मी तुज्या पाठीशी है, मी कोरटात तुझ्या बाजूनं साक्ष दीन.''

''काय सांगणार?''

''हेच! हे येडं है, काई कळत न्हाई. फसवून याचा फोटो काढलाय म्हणून सांगतो की.''

बाबूने कोर्टात साक्ष देण्याचा डाव गणामास्तरला जास्तच धोक्याचा वाटला. त्याने नकारार्थी मान हलवली. ''बघू, तशी वेळ आली, तर काय करायचं मागनं ठरवू. आत्ता त्यो इचार कशाला?''

पण कोर्टात जाण्यापर्यंत प्रकरण पुढे गेलेच नाही. दोन-चार दिवसांनी गणामास्तर

तालुक्याला गेला होता. तो परत आला ते खुशीतच. त्याच्या हातात एक मोठे पाकीट होते.

रात्री कंपनीची बैठक भरल्यावर तो म्हणाला, ''बाबू, चेंगटाची अन् तुझी कमाल आहे. हे अष्टमकोष्टम तुमी कसं काय जमवलंत?''

बाबूला काही कळले नाही. कुणालाच काही कळले नाही. सर्व जण उत्सुकतेने गणामास्तरकडे पाहत राहिले.

रामा खराताने नेहमीप्रमाणे बिडीचा झुरका घेतला. मग खंजीर हातात घ्यावा तशी बिडी धरून तो म्हणाला, ''काय झालं, गणामास्तर?''

''त्यो बापू पाटील तुझ्या नावानं ठणाणा बोंबलतोय. त्यो फोटोग्राफरही तुला शिव्या घालतोय.''

फोटोग्राफर म्हणल्यावर बाबूला एकदम आपल्या फोटोची आठवण झाली. गणामास्तरला त्याने फोटो घेऊन येण्याबद्दल सांगितले होते खरे.

तो म्हणाला, ''आं? काय झालं? आणलास का आमचा फोटो?''

''तेच सांगतोय.''

''म्हंजे?''

त्यो म्हणाला, ''ह्या बाबूनं पार सत्यानास केला माजा.''

बाबूला आश्चर्य वाटले. आपण कसा काय सत्यानाश केला? बापू पाटलाचा आपला संबंधच काय?

''गणामास्तर, आसं कोड्यात बोलू नगंस. काय ते नीट डिटेलवार सांग.''

गणामास्तर हसला. त्याला फारच हसू येऊ लागले. बाकीची मंडळी त्याच्याकडे वेड्यासारखी बघत राहिली. कुणाला काही समजेना. शेवटी आपले हसू कसेबसे आवरून गणामास्तर म्हणाला, ''त्या फोटोग्राफरनं आधी दत्तकाचा फोटो काढला ना? आं? मग तुमचा काढला. व्हय ना?''

बाबूने होकारार्थी मान हलवली.

''बरं मग?''

''हे फोटो बघ - कसे आलेत...''

असे म्हणून गणामास्तरने हातातील लिफाफ्यातून दोन फोटो काढले आणि बाबूच्या हातात दिले. सगळ्यांनी एकदम ते फोटो पाहिले. पहिल्या फोटोत जनाबाई दिसतच नव्हती. चेंगटाचे डोके एकदम पुढे आले होते आणि दुसऱ्या फोटोत जनाबाईच्या मांडीवर बाबूच बसलेला होता आणि त्याच्या शेजारी चेंगट हसऱ्या मुद्रेने बसलेला दिसत होता!

गणिताचा तास

तासाचा टोल पडला आणि आमचे चौथीचे गणिताचे मास्तर वर्गावर आले. हे मास्तर वर्गावर आले, की मला फार भीती वाटायची. एक तर ते जाडजूड आणि काळेकुट्ट होते. शिवाय त्यांच्या मिशाही चांगल्या लठ्ठ होत्या. ते कधीही हसायचे नाहीत. गणित चुकले, म्हणजे ते बेदम ठोकून काढीत आणि मार खाणारी पोरे आरडाओरड करून नाचू लागली, म्हणजे मग मात्र त्यांना हसू येई. हसतहसत ते पुन्हा आम्हाला बडवून काढीत. त्यांच्या मारण्याच्या तऱ्हाही फार चमत्कारिक होत्या. कुणाच्या खांद्याची शीर धरून दाब, कुणाची बेंबी स्क्रूसारखी पिरगळ, कुणाच्या दोन बोटात पट्टी ठेवून त्यावर दणका ठेवून दे; असले उद्योग ते करीत. यामुळे आम्हाला त्यांची फार दहशत वाटे. केव्हा एकदा हा तास संपतो, असे होऊन जाई. त्यातून गणित हा माझा अगदी नावडता विषय. कुठलेही गणित मास्तरांनी घातले, की माझे डोके गरगरू लागे. अजिबात काही सुचत नसे. उत्तर तर कधीच बरोबर येत नसे आणि मग मास्तरांचा दणकून मार खावा लागत असे.

आजही मास्तर वर्गावर आले, तसा माझ्या पोटात गोळा उठला. नुकताच मास्तरांनी व्यवहारी अपूर्णांक शिकवला होता आणि त्याची गणिते वर्गात करून घेतली होती. आजही तसलीच गणिते ते करून घेणार, हे उघड होते आणि मला तर त्यातले काहीच समजत नव्हते. फारच धोक्याची वेळ होती.

आल्या आल्या मास्तरांनी मिशा फेंदारल्या. मग सर्व वर्गाकडे त्यांनी अशा काही हिंस्र नजरेने पाहिले, की आमच्या अंगावर एकदम काटाच आला. माझी तर खात्रीच पटली. आज आपण नक्की मार खाणार. शंभर टक्के.

''हं घ्या गणित -'' मास्तर भीषण मुद्रा करून जोरात ओरडले. आम्ही पेन्सिलीने लिहू लागलो.

''एका व्यापाऱ्याने एकदा चाळीस घोडे चाळीस हजार रुपयांना खरेदी केले. मग त्यातील निम्मे घोडे त्याने सव्वापट किमतीस विकले. राहिलेल्या घोड्यांतील निम्मे घोडे दीडपट किमतीस विकले, तर त्यास किती फायदा झाला व त्याच्याकडे किती घोडे शिल्लक राहिले? हं, आटपा लौकर, पांच मिनिटांत उत्तर आलं पाहिजे.''

माझे डोके गरगरू लागले. आधी गणितात घोडा हा प्राणी आला, की मला फार राग यायचा. या घोड्यावर मी एकदा बसायचा प्रयत्न केला होता आणि त्याने

मला सपशेल खाली आदळले होते. ते एक सोडा - पण घोड्याच्या शेपटीचा केस फार शकुनाचा असतो, असे एकाने मला शपथेवर सांगितले होते. असा केस उपटून आपल्याजवळ ठेवला किंवा करदोट्याला बांधला, म्हणजे भुताची बाधा होत नाही. भूत अजिबात दिसतच नाही. म्हणून मी एका घोड्याचा केस उपटायला त्याच्या मागच्या बाजूस हळूच गेलो. त्याच्या शेपटीला हात घालून एक केस जोरात उपटला. आता एक केस तो काय? एवढ्या मोठ्या शेपटीत हजार केस असतात. त्यातला एक उपटला म्हणून काय बिघडते? पण घोड्याला ती अक्कलच कमी. त्याने एकदम जी लाथ मारली ती माझ्या थोबाडावरच. बरे तर बरे, ती माझ्या डोळ्यावर बसली नाही. वर कपाळावर धाडकन लागली. नाहीतर डोळाच गेला असता. तरी कपाळावर पट्टी बांधून घेऊन मी महिनाभर हिंडत होतो. तेव्हापासून घोडा या प्राण्याबद्दल मला फारसे प्रेम वाटतच नाही. आता गणितात हा घोडा आल्यामुळे मला आणखीनच राग आला. एवढे घोडे खरेदी करायचे कारणच काय? बरे, घेतले विकत तर ते नीट बांधून तरी ठेवायचे. पुन्हा विकले कशाला? अन् सगळे सारख्या किमतीला का नाही विकले? अन् दीडपट म्हणजे नेमके किती बरे?

उत्तर काही सुचेना. वेळ संपत आली. गणित केलेच नाही, तर सुरुवातीसच मार खावा लागेल. उत्तर बहुधा अपूर्णांकात असणार, हे मला ठाऊक होतेच. म्हणून उत्तर दाबून लिहून टाकले - नफा साडे-दहा हजार रुपये आणि शिल्लक घोडे साडेबारा...

''हं झालं का? बघू?''

मास्तर प्रत्येकाजवळ येऊन त्याचे उत्तर पाहू लागले. ज्याचे उत्तर बरोबर निघाले, त्याच्याकडे मास्तरांनी एकदा चमत्कारिक दृष्टीने निरखून पाहिले आणि मग ते पुढे गेले; पण ज्याचे उत्तर चुकीचे निघाले, तेथे मात्र थांबले. त्यांच्या मुद्रेवर हसू उमटले. प्रत्येक पोराला त्यांनी बदडले. कुणाच्या पाठीत गद्दा हाणला. कुणाच्या थोबाडीत ठेवून दिली. कुणाचा कान पिरगळला.

सगळीकडे रडारड झाली.

शेवटी ते माझ्याजवळ आले. माझे उत्तर वाचून तर ते जोरात भडकले.

''घोडे साडेबारा राहिले? गाढवा, तुला काही अक्कल? साडेबारा घोडे तुझ्या बापानं कधी पाहिले होते का? आं?''

''पण गुरुजी -'' मी बोलण्याचा प्रयत्न केला. पण त्यांनी तत्परतेने माझ्या एक मुस्काटात लगावली.

मग त्या दिवशी त्यांनी सगळ्या प्रकारचा मार मला एकट्याला दिला. आधी पाठीत दणका घातला तो घातलाच, पण पुन्हा वर एक जोरात मुस्काटात हाणली. त्यानंतर कान पिरगाळला. मी अगदी थयथया नाचायला लागलो.

''साडेबारा घोडे काय?'' असे म्हणून त्यांनी पुन्हा सगळ्या मार-प्रकारांची

पुनरावृत्ती केली. शेवटी ते म्हणाले, ''प्रत्येक तासाला मी बघतोय. गणित आहे की सोंग? एक गणित तुला येत नाही? थांब, तुझ्या बापाला एक पत्रच देतो. कळू दे एकदा त्याला तुझी अक्कल.''

त्या दिवशी मास्तरांनी वर्गातच एक चिठ्ठी लिहून माझ्याजवळ दिली.

दरडावून सांगितले, ''जा, दे तुझ्या बापाला. काय नाव?''

''माझं? बाळू.''

''तुझं नाही मूर्खा, तुझ्या बापाचं?''

''दगडू.''

''सबंध नाव सांग की शुंभा!''

''दगडू आंबू गवळी.''

मास्तरांनी चिठ्ठीवर ते नाव लिहिले. मग चिठ्ठी माझ्या स्वाधीन केली.

''जा काय म्हणाला तुझा बाप. मला सांग उद्या.''

मी भीतभीतच मान हलवली. चिठ्ठी चड्डीच्या खिशात ठेवली. घरी गेलो.

रात्री बापाला ती चिठ्ठी दिली तेव्हा चिलमीतला तोंडात घेतलेला धूर भक्कन सोडून तो म्हणाला, ''तूच वाच की. मला न्हाई ह्या अंधारात वाचाय येत. काय म्हणतो तुझा मास्तर?''

मी वाचू लागलो.

श्री. दगडू आंबू गवळी यांसी -

तुमचा मुलगा बाळू यास गणित काही म्हणजे काही येत नाही. वर्गात नुसता रेड्यासारखा बसलेला असतो. आज त्याने 'साडेबारा घोडे' असे उत्तर लिहिले. तरी त्यास तुम्ही गणित शिकवणे. न शिकवल्यास तो गणितात ठोंब्या राहील. त्याची पूर्ण जबाबदारी तुमच्यावर राहील. वेळेवर तुम्हाला सावध केले आहे.

आपला,

गुंडो गणेश डफळापूरकर

चिठ्ठी वाचल्यावर मी बापाला म्हणालो, ''पण आन्ना, मास्तर फार मारकुटा आहे. सगळ्यांना ठोकून काढत असतो सारखा. मला तो लई मारतो.''

बाप रागावून म्हणाला, ''आसं? आरं, तुझ्या मास्तरच्या मी. जा सांग त्याला.''

''सांगाय नको, तुमची चिठ्ठीच द्या मास्तरसारखी.''

''आरं, एवढं कुठं मला लिहिता येतंय? मी सांगतो, तूच लिही.''

मग मी बापाने सांगितल्याप्रमाणे चिठ्ठी लिहिली.

गुंडो गणेश डफळापूरकर मास्तर यांसी -

तुमची चिठ्ठी पोचली. रामराम.

बाळूला गणित येत नाही हे समजले; पण तुम्ही त्याला घोड्याचे गणित कशासाठी घातले? आम्ही गवळी आहोत. आमचा म्हशीचा धंदा पिढ्यान्‌पिढ्या आहे. माझ्याकडे पंधरा म्हशी सध्याला आहेत. तुम्ही घोड्याऐवजी म्हशीचे गणित का घातले नाही? ते घातले असते, तर आमचा पोरगा चुकला नसता. त्याला म्हशीची चांगली माहिती आहे. तो धारसुद्धा काढतो. दुधात पाणी वगैरे बरोबर मोजून घालतो.

बरं असू द्या. माझे गणित चांगले आहे. मी सगळा हिशोब बराबर करीत असतो. दहापर्यंत माझे पाढे अजून पाठ आहेत. सगळ्या म्हशी रानातून बरोबर घरी आल्या की नाही, हे मी अंधारातसुद्धा धारा काढताकाढता वळखतो. सगळ्या म्हशीचे पाय मोजून त्याला चारानी भागले, म्हणजे बरोबर म्हशी किती ते कळतात. तरी काळजी करू नये. मी त्याचे गणित सुधारून घेतो. चूकभूल द्यावी-घ्यावी.

आपला,

दगडू आंबू गवळी

दुसऱ्या दिवशी मी ती चिठ्ठी मास्तरांना दिली. त्यांनी ती वाचली. त्यांचा चेहरा रागीट झाला. नेहमीप्रमाणे त्यांनी केरसुणीसारख्या मिशा फेंदारल्या.

''हे अक्षर तुझं दिसतंय. बापाचं दिसत नाही.''

मी मान हलवली.

''मीच लिहिली - आमच्या बापाला नाही लिहिता येत. मला म्हणला तूच लिही.''

''ही तर लेको तुमची अक्कल.'' असे म्हणून मास्तरांनी उगीचच माझ्या टाळक्यावर एक सटका हाणला. मग मला पुन्हा रागारागात विचारले, ''घोडे कसे साडेबारा असतात रे?''

''बारा घोडे आन् -'' मी टाळू खाजवली. थोडा विचार केला.

''आन् काय?'' त्यांनी दरडावून विचारले.

''आन् एक शिंगरू -'' मी डोके खाजवून त्यातल्यात्यात पटणारे उत्तर दिले.

मास्तरांनी पुन्हा एक सणसणीत टोला हाणला.

''कोडगा झालाहेस लेका तू. थांब, तुझ्या बापाला पुन्हा चिठ्ठी देतो. ती घेऊन जा.''

मास्तरांनी पुन्हा त्या दिवशी पत्र लिहीले -

श्री. दगडू आंबू गवळी यांसी -

तुमची चिठ्ठी पोचली. घोडे आणि म्हशीत काहीच फरक नसतो. घोड्याऐवजी म्हशीचे गणित घातले असते, तर उत्तर बरोबर आले असते, हे वाचून हसू आले आणि तुमच्या अडाणीपणाची कीव आली. पालकच जर असे अडाणी, तर मुले अडाणी राहणारच. आडातच नाही तर पोहऱ्यात कोठून येणार? असो, तुमचा मुलगा गणितात नापास झाल्यास जबाबदारी माझी नाही. तुम्हाला तो पास व्हावा वाटत असेल, तर त्याला गणिताची स्पेशल शिकवणी लावावी. तरच त्याचे गणित चांगले होईल. असो, अडाण्यास अधिक सांगणे न लगे.

आपला,

गुंडो गणेश डफळापूरकर

रात्री मास्तरांची चिठ्ठी वाचून दाखवल्यावर माझा बाप भयंकर चिडला.

''घोड्यात आन् म्हशीत फरक न्हाई म्हनतो शाणा? आयला, काय मास्तर है का भिताड?''

''म्हस काळी आसती,'' मी म्हणालो,

''घोडाबी कधीकधी काळा आसतो म्हणा. पण पांढरा, भुरका, इटकरीबी आसतो. म्हस तशी नसती.''

''बग, तुला कळतंय ते तुझ्या मास्तरला कळत न्हाई.'' बाप खुशीत येऊन हसला.

''ही तर त्याची अक्कल.''

मग मलाही धीर आला.

''आन् अन्ना, म्हशीला शिंगं असत्यात. घोड्याला शिंगं नसत्यात की न्हाई?''

''आता बघ म्हणजे झालं.''

''तुम्ही तसं ल्ह्या चिठ्ठीत, आन्ना.''

''लिही तू.''

बापाने मग मजकूर सांगितला. मी चिठ्ठी तशीच्या तशी लिहून काढली.

गुंडो गणेश डफळापूरकर मास्तर यांसी -

दगडू आंबू गवळीचा रामराम.

तुमची चिठ्ठी मिळाली. वाचून तुमच्या अडाणीपणाचे हसू आले. घोड्यात आणि म्हशीत काही फरक नसतो म्हणणाऱ्याला अडाणीच म्हणजे पाहिजे. काय फरक असतो, तो आमचा बाळूपण तुमाला सांगील. तुमी म्हस अजून कधी बघितली नाही असे दिसते. तरी तुमी एक डाव आमच्या घरी येऊन जाणे आणि म्हस बगून जाणे.

म्हणजे तुम्हाला फरक कळेल. असो! आमच्या बाळूचे गणित चांगले करण्याकरिता शिकवणी लावावी, म्हणून तुमी लिहिता. तुमीपण एक आमची शिकवणी लावा. म्हणजे मग आमी तुमाला म्हशीची सगळी माहिती देऊ. सध्या चार म्हशी गाभण आहेत. त्या वेल्यावर चीक खाण्यासाठी तरी घरी येऊन जाणे.

कळावे,

आपला,
दगडू आंबू गवळी

चिठ्ठी वाचून आमचे मास्तर आणखीनच चिडले. त्यांचे तोंड शेंदरासारखे लाल झाले. कर्कश्श सुरात ओरडून ते म्हणाले, ''गाढवा, अरे मी काय लिहितोय अन् तुम्ही काय लिहिता? कशाला काही मेळ? मी काय म्हैस बघितली नाही? तुझा बाप म्हणजे म्हशीचा प्राणनाथच दिसतोय.''

''म्हणजे का, मास्तर?''

मी जिज्ञासेने विचारले. मास्तरांनी फाड्‌कन माझ्या तोंडात दिली. मी मुकाट्याने गाल चोळत उभा राहिलो.

''म्हशीचा प्राणनाथ म्हणजे काय ते सांगू?'' ते चिडून ओरडले, ''म्हणजे रेडा रेडा.''

''तसं तुमी लिहा चिठ्ठीत -'' मी म्हणालो, ''मी देतो बाला माज्या -''

हे ऐकताच मास्तरांनी पुन्हा एक टोला असा लगावला, की मी त्यांच्यासमोर उभाच राहिलो नाही. पळत पळत जागेवर जाऊन बसलो. मास्तरांनी चिठ्ठी वगैरे काही दिली नाही, पण बराच वेळ ते माझ्याकडे रागानेच बघत काहीतरी पुटपुटत होते. काय बोलत होते देव जाणे!

शाळा सुटतासुटता त्यांनी पुन्हा एक पत्र माझ्या हातात कोंबले. म्हणाले, ''ही शेवटचीच चिठ्ठी म्हणावं. आता नाही पुन्हा पाठवणार. मरा लेको.''

रात्री ती चिठ्ठी मी बाला वाचून दाखवली.

दगडू आंबू गवळी यांसी -

तुमचे पत्र पोहोचले. मी काय लिहितो आणि तुम्ही काय लिहिता! तुम्ही नावाप्रमाणेच 'दगडू' आहात हे पटले. तुमच्या मुलालाच नाही, तर तुम्हालाही शिकवणी लावण्याची गरज आहे. तरच तुम्हाला काही समजेल. यावर तुम्हाला कधीही पत्र पाठवणार नाही.

आपला,
गुंडो गणेश डफळापूरकर

चिठ्ठी वाचून झाल्यावर मी वर्गात घडलेला सगळा संवादही बाला सांगितला. मग काय? बाप आमचा असा खवळला म्हणता! दातओठ खात तो म्हणाला, ''बाळ्या, माझीपण शेवटची चिठ्ठी. लिही.''

गुंडो गणेश डफळापूरकर मास्तर यांसी -

माझेपण तुम्हाला हे शेवटचे पत्र पाठवतो. तुम्ही माझ्या मुलाबद्दल जर काही तक्रार कराल, तर याद राखून ठेवा. शाळेत येऊन तंगडे मोडीन. मला तुम्ही 'रेडा' म्हणालात, हे कळले. मी रेडा तर तू घोडा आहेस - रेड्याची काय ताकद असते, ती शाळेत येऊन दाखवू का?

आपला,
दगडू आंबू गवळी

हे पत्र वाचल्यावर मास्तरांची मुद्रा एकदम बदलली. त्यांनी प्रेमळ दृष्टीने माझ्याकडे पाहिले, मला म्हणाले, ''बाळू, आता तुझं गणित पुष्कळ सुधारलं आहे. पहिल्यासारखं कच्चं राहिलेलं नाही. तरीपण अभ्यास कर. आं?''

मी मान डोलावली. हळूच विचारले, ''बाला माझ्या सांगू मी?''

''सांग -'' त्यांनीपण मान डोलावली. मग मला हळूच म्हणाले, ''आणि त्यांना हेपण विचार, तुमच्या दुधाचा रतीबपण लावीन म्हणतो. घरी केव्हा येऊ म्हणावं, चीक खायला.''

कंपनीची ट्रिप

दुपारची चार-साडेचारची वेळ असावी. उन्हे नुकतीच उतरली होती. बाहेर सर्वत्र सामसूम होते. दुपारची वामकुक्षी आटोपून बाबू पैलवान नुकताच जागा झाला होता. खरे म्हणजे आज त्याला लवकरच जाग आली होती. त्याचे कारण इतकेच होते की, सकाळची न्याहारी आटोपल्यानंतर तो जो लवंडला होता तो आताच जागा झाला होता. तरी अजून त्याचे डोळे पुरते उघडले नव्हते. अंगातला आळस पूर्णपणे गेला नव्हता. पोटात कडकडून भूक लागली होती. आता चूळ भरून जेवण करावे आणि सावकाश बाहेर पडावे; पण कंपनीच्या बैठकीची वेळ रात्रीची. या मधल्या वेळात काय करावे, याचा तो विचार करीत होता. चेंगटाकडे जावे का? चेंगटाला घेऊनच बाहेर पडावे आणि गावाबाहेर मारुतीच्या देवळात गप्पा मारीत बसावे का? पण चेंगटाला दुपारी झोपा काढायची फार वाईट सवय आहे. तो जागाच नसला तर? काय करावे बरे?

बाबूच्या डोक्यात विचारांचा असा गोंधळ चालला होता. तेवढ्यात बाहेरून हाळी आली.

''काय बाबू, हैस का घरात?''

बाबूला एकदम रागच आला. अहो, माणूस घरात असेल, तर 'ओ' देतोच की आपोआप अन् नसेल, तर ओ देतच नाही. आहेस का घरात? असा नाव घेऊन प्रश्न विचारायचा म्हणून कमाल झाली. काय गाढव माणूस आहे! हाणू का एक कानफाडीत?

पण बाबूचा हा सुविचार पूर्ण व्हायच्या आधीच तिरळ्या डोळ्यांचा जाडजूड अंगाचा गोपाळ रेडे घरात आला. अंगणात उभा राहून बाबूकडे पाहून दात काढून हसला. त्याचे पुढे आलेले दोन दात एकदम चमकले आणि पुन्हा तोंडात गडप झाले. बाबूच्या मनात आले, ह्याचे आडनाव रेडे नको होते. 'हत्ती' पाहिजे होते हत्ती. तसाच दिसतो हा जाड्या.

''हैस म्हण की घरात -''

असे म्हणत म्हणत गोपाळ ओसरीवर आला. बाबूच्या अंथरुणावर येऊन बसला.

''काय रेड्या, आज हिकडं कुनीकडं?''

''तुमच्याकडंच आलतो. ह्यो परसाद आनलाय -''

असे म्हणून गोपाळने बरोबर आणलेल्या पिशवीतून भराभरा काहीबाही बाहेर काढले आणि बाबूसमोर ठेवले. कुंकू-बुक्क्याच्या पुड्या, चुरमुरे, भेंडबत्तासे, एक-दोन खोबऱ्याचे तुकडे, दोन वाळक्या खारका आणि एक खडकू पेढा...

खडकू पेढा ताबडतोब तोंडात टाकून बाबूने चौकशी केली -

''कसला प्रसाद?''

''अरे, वारीला गेलतो पंढरपूरच्या. मधी जेजुरी, तुळजापूरबी केलं. समदी पायीपायी ट्रिप झाली.''

''पायीपायी?'' बाबूला आश्चर्य वाटले.

''मग सांगतो काय?''

गोपाळने मग सविस्तर वृत्तान्त सांगितला. मध्यंतरी तो सासुरवाडीला गेला होता. तिथले त्याचे पाहुणे महिन्याच्या वारीला जाणारे. 'चला जाऊ पायीपायी...' असा आग्रह झाला आणि गोपाळही त्यांच्याबरोबर गेला. फार मजा आली. पहाटेच्या गार वाऱ्यात मजल दरमजल करायची. सूर्य जरा वर आला, की कुठेतरी ओढा, नदी बघून थांबायचे. आंघोळी करायच्या. तीन दगडाची चूल मांडून भाजीभाकरी करून खायची. उन्हे उतरल्यावर पुढे चालू लागायचे. वाटेत नाना प्रकारची माणसे भेटतात. त्यांच्याशी गप्पा करायच्या. कुठे सिनेमा पाहायचा. कुठे तमाशाला जायचे. कंटाळा आला, तर हॉटेलात जाऊन खायचे... एकूण ही ट्रिप फार छान झाली. देवदर्शन तर झालेच, पण एकमेकांच्या संगतीत गप्पागोष्टी, थट्टामस्करी ही गंमत फार आली. माणसाने मधूनमधून अशा ट्रिपा काढल्या पाहिजेत.

गोपाळ रेडे मध्ये बरेच दिवस गावात का दिसत नव्हता, याचा उलगडा बाबूला झाला. त्याचे सगळे सांगणे संपेपर्यंत बाबूनेही समोरचा सगळा प्रसाद जवळजवळ संपवला होताच, पण त्यामुळे त्याला आणखीनच भूक लागली होती. तोंड हलवीत हलवीत तो अगदी मन लावून गोपाळच्या ट्रिपमधल्या गमती ऐकत होता. कधीमधी डोळे विस्फारून ऐकत होता. गोपाळबरोबर हसतही होता.

''आरे, एकदा तर वाटंत येडंच भेटलं एक -'' गोपाळ डोळे विस्फारून म्हणाला, ''दोन घंटं आमच्याबरोबर चाललं बरं का. मला म्हाईतच न्हाई येडं है म्हणून. लै गप्पा केल्या. मला म्हणलं, मी देव परत्यक्ष पाहिला है. मी इचारलं, कसा होता देव? कोंचा देव भेटला? तर म्हणाला, नाव काई सांगितलं न्हाई त्यानं; पण डोळ्याला चष्मा हुता. चार हात चार पाय समदं हुतं. मग मला कळलं, आयला हे येडं है.''

गोपाळ खो खो करून हसला. बाबूही पोट धरधरून हसला. एकूण अशा प्रवासात अशी गमतीदार माणसे भेटतात म्हणायची. आपणही कंपनीची अशी एखादी ट्रिप काढली पाहिजे. नाही म्हटले तरी कंटाळा येतोच की! अशी एखादी ट्रिप

काढली, तर चार नवी गावे पाहता येतील. नवे नवे लोक भेटतील. कुठेतरी काहीतरी नवे घडेल, तेवढीच मजा येईल.

प्रसाद देऊन गोपाळ निघून गेला, तरी बाबूच्या डोक्यात हाच एक विचार एकसारखा गरगरत राहिला. एकदा भोवरा दोरीतून सोडून दिला, की बराच वेळ तो जसा फिरतच राहतो, तसेच बाबूचे डोके होते. एकदा कुणीतरी त्याच्या डोक्यात एखादा किडा घुसवला, की बाबूचे डोके भोवऱ्यासारखे वेगाने बराच वेळ फिरत राही. दुसरे काही त्याला सुचतच नसे.

तसा बाबू अनेक वेळा तालुक्याला गेला होता. एस. टी.चा प्रवास ही अगदी मामुली गोष्ट होती. बाबूने काही गावेही पाहिली होती. सिनेमा, नाटक, तमाशा सगळे वारंवार पाहून झाले होते. त्यात नवे काही नव्हते; पण बरोबरच्या चार लोकांना घेऊन पायी ट्रिप काढणे, ही जरा नवलाची बाब होती. हे अजून घडले नव्हते. आपली नेहमीची कंपनी घेऊन एखादी ट्रिप काढली, तर मोठी मजा येईल. चोवीस तास सगळ्यांनी एकत्र रहायचे, ही कल्पनाच विलक्षण होती. ते काही नाही, हे येडताक जमवायचेच.

रात्री कंपनीच्या बैठकीत बाबूने आपला हा बेत बोलून दाखवला, तेव्हा सगळ्यांनाच कधी नव्हे ते बाबूच्या या बोलण्याचे आकर्षण वाटले.

रात्रीचे साडेनऊ वाजले असतील. जेवणीखाणी आटोपली होती. रस्त्यावर आता जरा निवांत झाले होते. रातकिड्यांचा आवाज ऐकू येईल, इतकी शांतता झाली होती. पाऊसपाणी होऊन गेल्यामुळे हवेत थोडा गारठा होता. मध्येच एखादी गार वाऱ्याची झुळूक येई. अंगे शहारत. गणामास्तराने कधी नव्हे ते गळ्याभोवती मफलर गुंडाळला होता. रामा खराताला बिडीच्या उष्णतेमुळे गारठ्याचे फारसे काही वाटत नव्हते. त्याचे धुराडे चालूच होते. शिवा जमदाडे काखेत दोन्ही हात दाबून तुकोबाचा कुठलासा अभंग आठवत होता. नाना चेंगट मात्र थोडा कुडकुडत होता. मध्ये थडथडथड करून त्याचे दात वाजले. बाबूची ढाल करून तो जरा पाठीमागे बसला असता, तर थंडी एवढी लागली नसती; पण बाबूच्या इतक्या जवळ बसणे हे त्याला नेहमीच धोक्याचे वाटत असे. म्हणून मध्येच एखादा शहारा सोसत, 'अ हा हा हा' करीत तो कट्ट्याच्या कडेला पाय सोडून बसला होता. एकट्या बाबूनेच बैठकीतली मध्यवर्ती जागा पकडली होती आणि तो जोरजोरात कंपनीची ट्रिप काढायची, या विषयावर तळमळीने बोलत होता.

गणामास्तरने हातातले वर्तमानपत्र पुरते उघडलेसुद्धा नाही. ते तसेच बाजूला ठेवून तो म्हणाला, ''काढू या एखादी ट्रिप. पण समद्याची तयारी है का? कुठं काढायची बोला.''

चेंगट तंगड्या वर घेऊन मांडी घालीत म्हणाला, ''ती झाहिरात - गणामास्तर,

पहिल्या पानावर आसती ती? तू हमेशा वाचतोसच की! तिकडं जायाचं का? ती कसली आसती?''

गणामास्तरला एकदम हसूच आले.

''कुठली जाहिरात म्हणतोस, नाना तू?''

''ती बॅन्काक - शिंगापूर?''

''हां हां -''

''मग?''

''लेका, ते किती लांब हाय ठाऊक है का?''

''किती?''

''विमानानं जावं लागतंय. खालनं रस्ताच नाही.''

''आसं?''

''मग! अन् तिकीट किती पडतंय, ठावं है?''

''किती?''

''धा हज्जार पायजेत.''

शिंगणापूरला विमानाने जावे लागते? बाबूला आश्चर्य वाटले. महादेव उंच डोंगरावर आहे खरा. पण विमान? कदाचित नवीन सुधारणा झाली असेल. तरी त्याने विचारलेच.

''शिखरशिंगणापूरला जायाला धा हजार रुपये लागतेत?''

''शिंगणापूरला न्हवं शिंगापूर.''

''हां, हां, अन् तिकडं कशाला मरायचं रे, चेंगट्या?''

''इतक्या लांब नको हेच म्हनतोय मी -''

चेंगट्याने शांतपणे उत्तर दिले आणि हळूच बाबूच्या तोंडाकडे पाहिले. होय, त्याचे मत अजमावले पाहिजे. नाहीतर बाबूचा नेमका तोच आग्रह असायचा. दहा हजार म्हणजे काय चेष्टा आहे? चोऱ्या करूनसुद्धा एवढे मिळणार नाहीत.

बाबूने एकदा चिडखोर मुद्रेने नानाकडे पाहिले.

''लेका, इतक्या लांबची ट्रिप म्हनतोय का मी? भरमिट टाळक्याचाच हैस चेंगट तू. हॅट् -''

शिवा जमदाड्याच्या मनात तीर्थयात्रा करण्याचे फार दिवस घोळत होते. तो पुढे सरसावून बोलला, ''तेच म्हणतो मी. काशी-रामेसर आसलं काय तरी काढा. तेवढंच देवदर्शन हुईल.''

गणामास्तर शांतपणे बोलला, ''काशी-रामेसर तरी जवळ है व्हय?''

''किती लांब आसंल?''

''आगगाडीनं जावं लागंल.''

''मग जायाचं - काय पडंल ते पडंल. जिवाच्या करारावरच सुटायचं.''

''चार-चार दिवस आगगाडीत बसावं लागतंय, जेवणखान समदं गाडीतच.''

''मग नगं.'' शिवाने माघार घेतली..

बाबूनेही विरोध केला.

''शिवा, आरं कुनीकडं काशी. कुनीकडं रामेसर -''

''कुनीकडं?''

''आधी काशी लागती. त्याच्या पलीकडं लांब रामेसर -'' बाबूने हातवारे करून अंतर दाखवले. त्यावरून बाकीच्यांना एवढाच बोध झाला की, ही दोन्ही ठिकाणे भलतीच दूर अंतरावर आहेत. आधी काशी लांब. तिथून रामेश्वर आणखीन पलीकडे. एवढा प्रवास आपल्याला झेपणार नाही. शिवाय खर्चही फार येईल. नकोच ती कल्पना.

रामा खराताने बिडीला थोडी विश्रांती दिली. विझलेली बिडी काडेपेटीवर आडवी झोपवून मग तो खवटपणे म्हणाला, ''मग कुठं म्हणता? दिल्ली-आग्रा-काश्मीर?''

''तेबी लै लांब.''

''जायाचं लांब. त्याला काय हुतंय.''

चेंगट पुन्हा पुढे सरसावला.

''तिकडं दंगा चालू है म्हनत्यात. रोजच्याला धा-पाच माणसं खलास हुत्यात. तिकडं नगं.''

गणामास्तरनेही चेंगट्याच्या बोलण्याला दुजोरा दिला.

''दंगा-मारामारी तर हैच, त्यातनं पूर आलाय समदीकडं. गावंच्या गावं पाण्यात गेलीत. तिकडचं नावच काढू नका.''

पुष्कळ वेळ चर्चा झाली; पण कुठे जायचे, हे नीट ठरेना. काही ठिकाणे फार लांब होती. शिवाय खर्च भलताच होता. काही ठिकाणी दंगा उसळला होता. काही भागात महापुराने थैमान घातले होते. चेंगटाने काही गावे सुचविली, ती फारच जवळ होती, म्हणून बाबूने विरोध केला. बाबूने जी सुचविली, तिथे बघण्यासारखे काही नाही, म्हणून रामाने नकारार्थी मुंडी हलविली. शिवा जमदाड्याला देव-देऊळ यांत रस होता. कुठलेही गाव सुचवले, की तिथे कोणता देव आहे, एवढाच प्रश्न तो विचारीत असे. अशा स्थितीत एकमत होणे कठीणच होते. शिवाय पैशाचा प्रश्न महत्त्वाचा होताच. कुणीही फार पैसे खर्च करायला तयार नव्हते.

बाबू अगदी वैतागून गेला. ह्या माणसांना कशाची गोडीच नाही. नुसता घोळ घालीत बसतात. एकापेक्षा एक नालायक आहेत. शेवटी हिंस्र मुद्रा करून तो म्हणाला, ''तुमी नुस्ती तोंडपाटीलकी करीत बसा बगा. बुडाला वारुळ लागलं, तरी हितंच बसा. भाईर काई पडू नगा.''

गणामास्तरने मग मध्यस्थी केली.

‘‘आसं करू. लांबचंबी ऱ्हाऊ द्या, जवळची बी ऱ्हाऊ द्या. आपण मधनं कंडका पाडू.’’

‘‘म्हंजे?’’ खराताने पुन्हा बिडी परजली.

‘‘हितून पाच कोसावर वज्राईचं देऊळ है. नदीकाठला. धा मैल. जास्त न्हाई.’’

‘‘म्हंजे किती किलो?’’ बाबूने शांत होताहोताच प्रश्न केला.

चेंगट मागे सरकत सरकत बोलला, ‘‘किलो न्हवं बाबू, किलुमिटर म्हनत्यात.’’

आता मात्र बाबू खवळला. चेंगट या क्षणी जर त्याच्याजवळ असता, तर त्याची काही धडगत नव्हती. एक तरी जोरदार रट्टा त्याने खाल्लाच असता. बाबूने फक्त एक जळजळीत नजर चेंगट्याच्या दिशेने टाकली.

‘‘मला म्हाईत न्हाई असं वाटतं का तुला? कवाच म्हाईत है. मी थोडक्यात बोलत हुतो.’’

‘‘मग हा... मग हाय -’’

नानाने मुंडी हलवली. वाद मिटवला.

गणामास्तरने मग आणखी तपशील सांगितला. वज्राईची देवी नामांकित आहे. मुख्य म्हणजे ती मूर्ती दगडात कोरलेली असून कुणालाही ती ताबडतोब ओळखू येते. शिवाजी महाराजांच्या भवानीदेवीच्या ती जवळच्या नात्यातील असून महाराज तिच्या दर्शनाला येऊन गेले होते, असे कुणी कुणी सांगतात. जवळच नदी आहे. तिला आजकाल पाणीही आहे. खडक आहेत. चारदोन लिंबाची, बाभळीची झाडेही आहेत. तेव्हा सृष्टी-सौंदर्य पाहायला मिळेल. सगळ्यांनी चालत जायचे. त्यामुळे खर्चाचा प्रश्नच येत नाही. प्रत्येकाने घरून भाकरी, कोरड्यास असले काही तरी बांधून घ्यायचे. सकाळी जायचे आणि संध्याकाळी परत यायचे.

वज्राईची देवी तशी सगळ्यांच्या ओळखीचीच होती. कुणीकुणी पूर्वी जाऊन आलेले होते; पण नदीला आजकाल पाणी आहे आणि चार-दोन नवीन झाडे तेथे उगवली आहेत, ही माहिती उत्साह वाढवणारी होती. म्हणजे सृष्टी-सौंदर्य नक्कीच असणार. देवीचे दर्शन होईल हा लाभ शिवाय होताच. जमदाड्याने ताबडतोब आपली संमती जाहीर केली. नदीत कदाचित पोहताही येईल, या कल्पनेने बाबू खूश झाला आणि या ट्रिपला खर्च जवळजवळ नाहीच, हे कळल्यामुळे चेंगटाला बरे वाटले. सगळ्यांचीच तयारी दिसली, तेव्हा खरातानेही विरोध केला नाही. ट्रिपचे ठिकाण नक्की झाले. आता प्रश्न उरला की कोणत्या दिवशी जायचे?

बाबू उत्साहाने म्हणाला, ‘‘उद्या सकाळीच निघायचं का?’’

शिवा घाईघाईने बोलला, ‘‘देवीचा वार मंगळवार असतो. मंगळवारी जायाचं.’’

‘‘लेका, आज बुधवार, मंगळवार म्हंजे एकदम आठ दिसांवर गेलं.’’

''मग जाईना.''

''मग शुक्कुरवारी जाऊ. शुक्कुरवारबी देवीचाच वार आसतोय-''

जमदाड्याची खरी अडचण वेगळीच होती. त्याच्या बायकोची आजच अडचण सुरू झाली होती आणि तीन-चार दिवस थांबण्याची आवश्यकता होती; पण हे सगळे सांगायचे त्याच्या जिवावर आले.

''ते खरं, पण शुक्करवारपरिस मंगळवार एकदम हायक्लास. देवीला सुदीक मंगळवार जास्त आवडतो. त्या दिवशी ती फुल् जागी आसती.''

''मग शनिवार?''

बाबूने पुन्हा एकदा ट्रिपचा दिवस जवळ आणण्याचा प्रयत्न केला, पण खरातानं मध्ये खोडा घातला.

''ॲहॅ! शनवारच्याला आपला उपास आसतो. दिवसभर नुसता शेंगदान्यावर आसतो मी. शनवार नगं.''

पुन्हा वादावादी झाली. कुणाला गुरुवारी काम होते. गणामास्तरला रविवारी तालुक्याला जाऊन यायचे होते. चेंगट्याला सोमवारी बाजार होता. बाबूला मात्र प्रत्येक दिवस रिकामा होता. इतका झकास कार्यक्रम माणसे पुढे का ढकलत आहेत, याचे त्याला आश्चर्य वाटत होते. रागही येत होता.

बरीच चर्चा झाली. शेवटी मंगळवारच पक्का ठरला. मंगळवारी सकाळी लवकर निघायचे. उन्हे कोवळी आहेत, तोपर्यंत निघायचे आणि संध्याकाळी परत यायचे. हे सगळे बजावून बजावून ठरले आणि मगच बैठक संपली.

मग मंगळवार येईपर्यंत मध्ये फारसे काही विशेष घडले नाही. गणामास्तर एक-दोन दिवस नव्हताच. त्यामुळे बैठकीत खंडच पडला. एक-दोन बैठका झाल्या; पण कधी नाना चेंगट नव्हता, तर कधी रामा नव्हता. शिवाला हातानेच करून खायचे होते. तोही एकदोन दिवस आला नाही. एकूण विशेष घडामोडी दरम्यान झाल्याच नाहीत. बाबूच दर खेपेस मंगळवारच्या ट्रिपची सगळ्यांना आठवण करून देत होता.

अखेर मंगळवार उजाडला.

कधी नव्हे ते बाबू पहाटे उठला होता. बायकोकडून त्याने भाकरी-कालवण करून घेतले आणि पिशवी हातात घेऊन तो घाईघाईने बाहेर पडला, तेव्हा चांगलेच उजाडले होते. उन्हे पडली होती. लोकांचे दैनंदिन व्यवहार सुरू झाले होते. आपण अगदी लवकर बाहेर पडलो आहोत, याबद्दल त्याची खात्री होती; पण गणामास्तरच्या घरी गेल्यावर त्याच्या लक्षात आले, की सकाळचे चांगले आठ वाजले आहेत. अजून कुणाचाच पत्ता नाही. गणामास्तर आंघोळीला गेला आहे आणि त्याची बायको कांदे चिरीत बसली आहे. अजून तिचे सगळेच व्हायचे आहे.

घरात शिरताशिरताच त्याने हळी दिली, ''गणामास्तर... मी आलोय बरं का.''

गणाची बायको डोळ्यातील पाणी पुसतापुसताच आणि नाकाने सूंसूं करीतच म्हणाली, ''आंगुळीला बसलेत -''

''कवा गेलाय?''

''आत्ताच - आर्धा घंटा झाला आसंल. बसा की.''

''आटप बाबा लौकर -''

असे म्हणत म्हणत बाबू ओसरीवरच्या घोंगड्यावर बसला. पाठीमागे गुंडाळलेली वळकटी होती. तिला टेकला. पिशवीतून पिठल्याचा येणारा खमंग वास त्याला एकसारखा जाणवू लागला. थोडे घरी खाऊन निघालो असतो, तर बरे झाले असते, असे त्याला सतत वाटू लागले.

गणामास्तरची आंघोळ आटोपली. मग त्याने देवपूजा केली. कपडे घालून तो तयार झाला. तरीही कुणाचाच पत्ता नव्हता. त्याने आश्चर्यानेच विचारले, ''अजून कुणी कसं आलं नाही?''

बाबू खवळलाच होता.

''बघ ना एकेक कशी जात है! इतकं समद्यांना बजावून सांगितलं, तरी है का कुणी येळंवर? तुजाबी सैपाक हुतोय आजून.''

''त्याला काय उशीर? समदे येस्तंवर आपला डबा तयार -''

एवढे बोलून गणामास्तर हाताने चुटक्या वाजवीत बायकोला म्हणाला, '' ए, वाढ गं लौकर, आटप आशीक. आपल्याकडनं लेट हुयाला नगो.''

बाबूला आश्चर्य वाटले. म्हणजे हा गडी झकास न्याहारी करून निघणार की काय? आपणच गाढव! बायको चांगले काही तरी खाऊन जा, खाऊन जा, म्हणत होती. तरी तिचे न ऐकता आपण तसेच बाहेर पडलो, उशीर होईल म्हणून.

बाकीचे गडी चांगले खाऊनपिऊन निघणार. आपल्यालाच काय दुर्बुद्धी झाली.

फोडणीचा चुर्रर असा आवाज सबंध ओसरीवर दरवळला. मग मात्र बाबूला धीर धरवेना. तो उठलाच.

''तुझं हूं दे गणामास्तर, तवर मी समद्यांना बोलावून आणतो -'' असे म्हणून तो तरातरा उठलाच.

थेट घराकडे आला. बायकोला म्हणाला, ''न्याहारी करूनच निगायचं ठरलंय. तू वाढ मला पटापटा.''

बाबूची बायको ठसक्यात म्हणाली, ''तरी मी सांगत हुते...''

''ए, उगी कथा करू नगो. वाढ आशीक.''

''अवो, तुमच्यापुरतं केलं अन् चूल इझिवली. आता थोडा टाईम लागंल.''

''मग मी ह्या पिशवीतलं खातो. तू पुन्हा करून दे-''

बाबूने पिशवीतून दशम्यांचे गाठोडे बाहेर काढून सोडले आणि लगेच न्याहारीला

प्रारंभही केला. बायकोने चांगलेचांगले करून दिले होते. दुधाच्या तीन-चार दशम्या होत्या. घट्ट पिठले होते. त्यातल्या लसणाचा वास तर नामांकित होता. वेगळी लसणीची चटणी होती. कांदा, गूळ, वाळूक, तांदूळशाची परतलेली भाजी... सगळे संपवून टाकायला बाबूला तसा फार वेळ लागलाच नाही. तोपर्यंत बायकोने भाकरी तव्यावर टाकलीच होती. दुसरी कसलीतरी भाजी केली होती. ताजे ताजे खाण्यात काही वेगळीच गोडी असते, असे बायकोने मध्येच चुकून म्हटल्यामुळे बाबूने ताजी भाकरीही खाऊन बघितली. मात्र पुन्हा दुपारी जेवायचे होते. त्यामुळे एकच भाकरी खाल्ली. जास्त खाण्याचा मोह त्याने कसाबसा आवरला.

तांब्याभर पाणी गटागटा पिऊन बाबूने मोठी ढेकर दिली. आता कुठे त्याचा अंतरात्मा तृप्त झाला. त्याला एकदम बरे वाटले. बाकीच्या मंडळींबद्दल आलेला राग जरा कमी झाला. झाला उशीर तर होऊ दे, काही फारसे बिघडले नाही, असे त्याला वाटू लागले.

सावकाश डुलतडुलत तो पुन्हा गणामास्तरच्या घरी आला, तेव्हा सकाळचे दहा वाजले होते. गणामास्तर त्याची वाटच पाहत होता. रामा खरात आणि शिवा जमदाडे दोघेही हजर होते. येऊनजाऊन चेंगटच दिसत नव्हता.

रामा शांतपणे बोलला, ''ही टैम झाली व्हय, बाबू? आमाला मारे सांगत हुतास लवकर निघायचं, लवकर निघायचं -''

बाबूचे डोकेच गेले.

''हितं येऊन बसून बसून गेलो. तुमचा भडव्यानो पत्ता न्हाई. आन् मलाच उरफाटं म्हनतोस?''

मध्येच शिवाने विचारले, ''पन तू तर आमास्नी बोलवायला जातो म्हणून बाहेर पडलास आन् घराकडं आलास न्हाईस आजाबात.''

''मधीच काम निगालं घराकडं... म्हणून तिकडनं मग तुमच्याकडं आलतो. तुम्ही आत्ताच गेलात म्हनून समजलं.'' एवढे बोलून बाबूने एकदम विषय बदलला.

''चेंगट्या का आला न्हाई आजून? तुमी हितंच बारा वाजवणार म्हणा की!''

''यील रे. त्याची भावजय जरा शीक हाय. त्यो सोताच भाकरी करायला लागलाय. न्याहारी करून येतोच म्हणाला.''

''न्याहारी करून?'' बाबूने डोळे मोठे केले.

''त्यात कशाला टैमपास करायचा आणखीन? तिथं काय जेवायचं न्हाई का त्याला.''

''बरं, आता गप्प बस. ह्यो आलाच नाना.''

नानाने घरात प्रवेश केल्याबरोबर बाबूने त्याच्याकडे हिंस्त्र दृष्टीने पाहिले. त्याबरोबर त्याला धोका कळलाच. तो एकदम गणामास्तरच्याजवळ जाऊन उभा

राहिला. त्याने हळूच एकदा सगळ्यांकडे पाहून घेतले. मग बाबूकडे पाहून उगीचच तो हसला.

बाबूने उपरोधिक सुरात विचारले, ''झाली का न्याहारीबिहरी येवस्तेशीर?''

''झाली की -'' नानाने मान हलविली.

''का आजून काई कसर ऱ्हायलीय? तसं आसलं, तर हितं एकदा पुना खाऊन घे गणामास्तरच्या घरी.''

गणामास्तरने विचारले, ''पण नाना, तू हिकडच्या साईडनं कसा काय आलास?''

बाबूकडे सावधतेने पाहत चेंगट मागे सरकत सरकत बोलला, ''बाबूच्याच घरी गेलतो बोलवायला त्याला.''

''मग?''

त्याची बायको म्हणाली, ''आवो, आत्ताच गेलेत. लै येळ न्याहरी करीत बसलं हुतं. तरी मी म्हणत हुते -''

असे म्हणून नानाने पुढे जी हकिगत सांगितली, त्याच्यावरून मंडळींना बरीच गमतीदार गोष्ट समजली. बाबू पुन्हा घरी आला. त्याने बायकोला पुन्हा स्वैपाक करायला सांगितला. तिचा स्वैपाक होईपर्यंत त्याने बरोबर घेतलेल्या सगळ्या दशम्या, भाजी, पिठले संपवले. ताज्या स्वैपाकातलेही थोडेसे संपवले आणि मग तिथे जेवायला थोडी भूक पाहिजे, म्हणून तो उठला. हा सर्व वृत्तान्त नानाने तिखटमीठ लावून सर्वांना सांगितला.

हा वृत्तान्त ऐकून सर्व कंपनी बाबूकडे पाहत खवचटपणे हसली. खराताला तर एकाच वेळी बिडी ओढणे आणि हसणे जमले नाही. त्याला ठसकाच लागला. डोळ्यातून घळाघळा पाणीही आले. चेंगटानेही दात काढले.

बाबूचे एकदम डोकेच गेले.

''आयला तुमी समदे या हादडून अन् मला नावं ठेवता व्हय?'' असे म्हणून तो उठलाच. हातात पिशवी घेऊन तरातरा निघालाच. दरवाजापर्यंत गेला. बाकीच्यांना काही कळेचना.

गणामास्तर आश्चर्याने म्हणाला, ''कुठं निघालास बाबू तू?''

''घरी -''

''आं?''

''मग! आमाला ट्रिपच नगो ही. जावा तुम्हीच. आयला, ट्रिपची आयडिया आमी काढली आन् आमच्याच नावानं बोंब मारता व्हय?''

बाबू रुसला होता, हे स्पष्ट होते. एकदा त्याच्या डोक्याने घेतले, म्हणजे तो ऐकणारा गडी नव्हता. घरी जाणार म्हणजे जाणार. म्हणजे सगळेच बोंबलले. बाबू नाही, तर ट्रिपला मजा कसली?

घराबाहेर पडलेल्या बाबूला गणामास्तरने हात धरून पुन्हा आत आणले. सगळ्यांनी त्याची समजूत घातली. चेंगट्याने तर त्याच्यासमोर नाक घासले. आपण बाबूच्या घरी आत्ता जायलाच नको होते आणि त्याच्या बायकोजवळ फाजील चौकशी करायलाच नको होती, हे त्याने दिलगिरीपूर्वक मान्य केले. गणामास्तरनेही सांगून टाकले की, जाऊन न्याहारी करून परत येण्यात बाबूची कसलीच चूक झालेली नाही. उलट बाबूने योग्य तेच केलेले आहे. तसे केले नसते, तरच बाबूची मोठी चूक झाली असती. रामा खराताने तर त्याला दुपारच्या जेवणात मसाला भरलेली वांगी देण्याचे मोकळेपणाने वचन दिले, तेव्हा कुठे बाबूचा रुसवा गेला. ट्रिपला यायचे मान्य केले.

हे सर्व होईपर्यंत बारा वाजायला आले. बाहेर चांगले कडक ऊन पडलेले जाणवू लागले. अशा रणरणत्या उन्हात दहा-पाच मैल चालत जायची कल्पना सर्वांनाच तितकीशी योग्य वाटेनाशी झाली, पण कुणी काही लवकर बोलेना. शिवाने तहान लागली, म्हणून पाणी मागितले. मग सर्वांनाच तहान लागली. गणामास्तराने आणून दिलेले पाणी प्रत्येक जण गटागटा प्याला. त्यात काही वेळ गेला. तेवढ्यात गणाकडे कुणी भेटायला आले. त्याच्याशी बोलण्यात गणाचा आणखीन वेळ गेला. दरम्यान चेंगट्याला घरचे बोलावणे आले. आता चेंगट बाहेर पडला ते अर्ध्या-पाऊण घंट्यानेच परत आला. तेवढ्यात खराताला निसर्गाचे बोलावणे आले. त्यानेही बराच वेळ लावला. शिवा जमदाड्याला तर हळूहळू पेंग येऊ लागली. थोड्या वेळाने तो आडवाच झाला.

बारा वाजून गेले असावेत. बाहेर बघवेना इतके ऊन रणरणताना दिसू लागले. वारा अगदीच पडला. झाडाचे पानदेखील हलताना दिसेना. सगळ्यांना पुन्हा तहान लागली.

शेवटी गणामास्तरनेच विचारले, ''काय, कसं काय करायचं? आता तरी निघायचं का घटकाभरानं निघायचं?''

बाबूकडे सावध दृष्टीने पाहत चेंगट घाईघाईने बोलला, ''बाबूनं ही आयडिया काडल्याली है. त्यो म्हणत आसंल, तर आत्ता लगीच सुटायचंच. जास्त लेट करायला नको. कसं बाबू ?''

पण बाबूच म्हणाला, ''आता आसं करू - लेट झालाच है तर आनखीन हूं दे.''

''म्हंजे?''

''आता आशा उनात चालनं हुनारच न्हाई. त्यापरास हितंच घडीभर बसू. उनं उतरल्यावर निघू.''

बाबूची ही सूचना सर्वांना एकदम मान्य झाली. ऊन उतरेपर्यंत थांबावे आणि मग निघावे, ही बाबूची कल्पना योग्यच होती. एवीतेवी सर्वांनी दशम्याचे गाठोडे

आणलेले आहेच. मग घरी कशासाठी जायचे? थोड्या वेळाने इथेच जेवण करावे. घटकाभर विश्रांती घ्यावी. ऊन कमी झाल्यावर मग निघावे. पुन्हा जेवायला घरी परत यावे.

हे सगळे पटापट ठरले. सर्वांनी गणामास्तरच्या ओसरीवरच शिदोऱ्या सोडल्या. जेवणीखाणी झाली. मग एकेक आडवा झाला. बाबूला तर केव्हाची पेंग येत होती. सकाळी लवकर उठल्यामुळे त्याची पुरी झोप झालेली नव्हतीच. त्यामुळे चूळ भरून जरा कलंडल्यावर त्याचे डोळे मिटले. पाच-दहा मिनिटांत तो घोरायला लागला.

बाबू जागा झाला, तेव्हा बाहेर गडद अंधार पडला होता. गणामास्तरच्या ओसरीवर दिव्याचा उजेड सगळीकडे भरून राहिला होता. कंपनी बहुतेक घरोघर गेली होती. कारण गणामास्तरशिवाय दुसरे कुणीही दिसतच नव्हते. तोच एकटा तेवढा दिव्याच्या उजेडात वर्तमानपत्र वाचीत बसला होता.